かな マスター 改訂版

Mastering KANA
with pronunciation and vocabulary

アークアカデミー　編著

あ

HIRAGANA
KATAKANA

三修社

かなマスター　もくじ

はじめに

　本書は日本語の文字であるひらがな・カタカナを初めて学ぶ方のための本です。文字学習は計画的に進めることが大切です。１日１章のペースで学習すると、読み方、書き方、正しい発音、そして生活に必要な語彙500が12日間で習得できます。

　本書は独学の方にも無理なく楽しく学べるように類書にない工夫が加えてあります。また、国内だけでなく、海外のノンネイティブの先生方にも音声を用いて指導していただけます。

　多くの方が、この教材を通して日本語学習の面白さを知っていただけると確信しています。

　本書は長きにわたる改訂を重ね、その結果、理想の教材に近づいたと自負しております。私たちを支えてくださった多くの皆様に心からお礼を申し上げます。

　ひらがな・カタカナの学習を終えたらすみやかに『漢字マスターＮ５』に進んでください。文字学習は日本語学習の楽しさを促進させます。本教材で皆様のひらがな・カタカナ学習が成功し、日本語学習への興味をさらに広げる一助となれば光栄です。

アークアカデミー

Introduction

This book is written for students who study Japanese hiragana and katakana for the first time. It is important to study the characters according to a plan. If the students study one chapter a day, reading, writing, proper pronunciation, and 500 basic words can be learned within about twelve days.

With the tools in this book, self-study can also be enjoyable, without feeling difficulties. In addition, not only native teachers but also non-native teachers can teach using the audio.

It would be our pride if many people master kana using this book and realize the joy of learning Japanese.

This book has been long revised and published. ARC Academy has put a great deal of effort into making this book. As a result, we are proud of being able to make a book close to our ideal book. We highly appreciate all of those who have supported us to make this book come true.

Once you have finished studying hiragana and katakana, promptly move on to "Kanji Master N5." Studying character will enrich your Japanese language studies.

ARC Academy

序

本书面向日语平假名，片假名的初学者．请以 1 天 1 章的速度，有计划地进行文字的学习很重要，掌握读法，写法、正确发音，以及生活中必备的 500 个词汇．

本书独创巧思，让自学者也能轻松并愉快地学习．另外，除了日本国内，海外的非日语母语的老师也能运用音频进行教学指导．

本书确信，很多学者能够通过本教材感受到日语学习的乐趣．

本书经过长时间的多次修订，如今已有接近理想教材的自信．感谢大家的支持．

结束平假名，片假名的学习之后建议立即进入《汉字大师 N5》的学习吧．文字学习能够增加日语学习的乐趣．如果能够助读者们成功掌握平假名，片假名，并对日语学习产生兴趣，本教材深感光荣．

ARC ACADEMY

LỜI NÓI ĐẦU

Đây là giáo trình dành cho những bạn đọc lần đầu tiên tiếp xúc với bảng chữ cái Hiragana và Katakana trong tiếng Nhật. Đối với việc học chữ cái, quan trọng là chúng ta cần học tập một cách có kế hoạch. Nếu cứ mỗi ngày hoàn thành được một chương học, thì trong vòng 12 ngày, bạn đọc sẽ làm chủ được cách đọc, cách viết, cách phát âm đúng bảng chữ cái và 500 từ vựng cần thiết cho cuộc sống hàng ngày.

Giáo trình đặc biệt đầu tư công sức để mang đến những nội dung học tập chưa từng có trong các giáo trình tương tự trước đây, nhằm giúp bạn đọc, kể cả những người tự học một mình, cũng có thể học tập một cách thoải mái, vui vẻ, mà không cảm thấy áp lực. Ngoài ra, không chỉ giới hạn ở phạm vi trong nước, đây cũng sẽ là công cụ giúp ích cho giáo viên nước ngoài không phải người bản xứ có thể hướng dẫn học viên học tập thông qua phần ghi âm của giáo trình.

Tập thể người biên soạn sách tin tưởng rằng, thông qua giáo trình này, sẽ có rất nhiều bạn đọc thấy được sự thú vị của việc học tiếng Nhật.

Là kết quả của một quá trình nỗ lực sửa đổi trong thời gian dài, chúng tôi tự hào rằng đây là một giáo trình đã chạm tới tiêu chuẩn của một giáo trình lý tưởng. Tập thể người biên soạn sách xin được gửi lời biết ơn chân thành tới tất cả những cá nhân, tổ chức đã giúp đỡ chúng tôi trong quá trình hoàn thành giáo trình này.

Sau khi hoàn thành xong việc học bảng chữ cái Hiragana và Katakana, bạn đọc hãy nhanh chóng tiến tiếp tới giáo trình "Kanji Master N5". Việc học tập chữ viết sẽ làm tăng thêm hứng thú cho quá trình học tiếng Nhật. Sẽ là vinh dự lớn cho chúng tôi nếu đây có thể trở thành một giáo trình mang đến sự thành công cho bạn đọc trong việc học tập bảng chữ cái Hiragana và Katakana, cũng như giúp bạn đọc nâng cao hứng thú của mình đối với việc học tập tiếng Nhật.

ARC Academy

本書の特長
ほんしょ　とくちょう

POINT 1.　効率的に体系的に学べる

日本語の文字のひらがなは 46 文字の組み合わせによって作られています。学ぶ順番は基本的に 50 音順ですが、濁音や特殊音の提出 順序を工夫しました。たとえば、カ行ガ行、サ行ザ行というように、音声や文字面、語彙面でも密接につながっているので、続けて学習することによって、少ない負担で効率的に習得できます。

POINT 2.　ひらがな・カタカナを学びながら生活に必要な語彙も増やせる

本書は文字学習に加え、日常生活で使用頻度の高い語彙の拡大も目的のひとつとしています。既習の文字を使った単語を配列してありますので、かなの復習をしながら語彙の拡大もできます。「ことばのひろば」は、日常接することの多いシーンをわかりやすいイラストで示し、楽しく語彙を増やせるようにしました。絵を見て音声を聞き、書くことで習得を確実なものにしてください。

POINT 3.　美しく読みやすい文字が書ける

正しい筆順は正しい文字の習得の第一歩です。一人で学ぶ方でも筆順がわかるように数字がつけてありますので、美しく読みやすい文字を書くことができます。また、フォントはモリサワの UD デジタル教科書体を採用しました。初めて日本語の文字を学ぶ方にとっても文字の形がわかりやすく、間違えにくいフォントです。手本を見て、きれいな形の文字をマスターしてください。

POINT 4.　発音と文字を同時に習得

文字と発音は切り離せないものです。日本語の習得には高低アクセントと拍感覚の養成が欠かせないため、一つひとつの文字の音と単語の全てをネイティブの音声で確認できるようにしました。そうすることによって、音と文字の一致が自然に理解でき、完全習得につなげることができます。

※音声データは、https://www.sanshusha.co.jp/np/onsei/isbn/9784384059601/ からダウンロード およびストリーミング再生ができます（無料）。

本書の使い方
ほんしょ　　つか　　かた

STEP 1. 文字を見て音声をリピートしましょう。声を出して読み方を覚えましょう。

STEP 2. 手本を見ながら正しい筆順で書く練習です。補助線をなぞることから始めましょう。

STEP 3. 音と文字が一致しているか、カードで確認しましょう。

STEP 4. 既習の文字を使った単語を覚えましょう。

STEP 5. 音声を聞いて書きましょう。正しく書けるか確認しましょう。

STEP 1 音声の後についてリピートしましょう。絵を見ながら単語も言いましょう。

STEP 2 正しく書くことがとても大切です。繰り返し練習しましょう。
①手本を見る
②なぞる
③実際に書いてみる

STEP 3 音声を聞いてすぐに正しいカードが選べますか。似ている形に注意しましょう。

STEP 4 意味を確認して書きましょう。

STEP 5 ディクテーションでチェックしましょう。これでこのページはマスター！

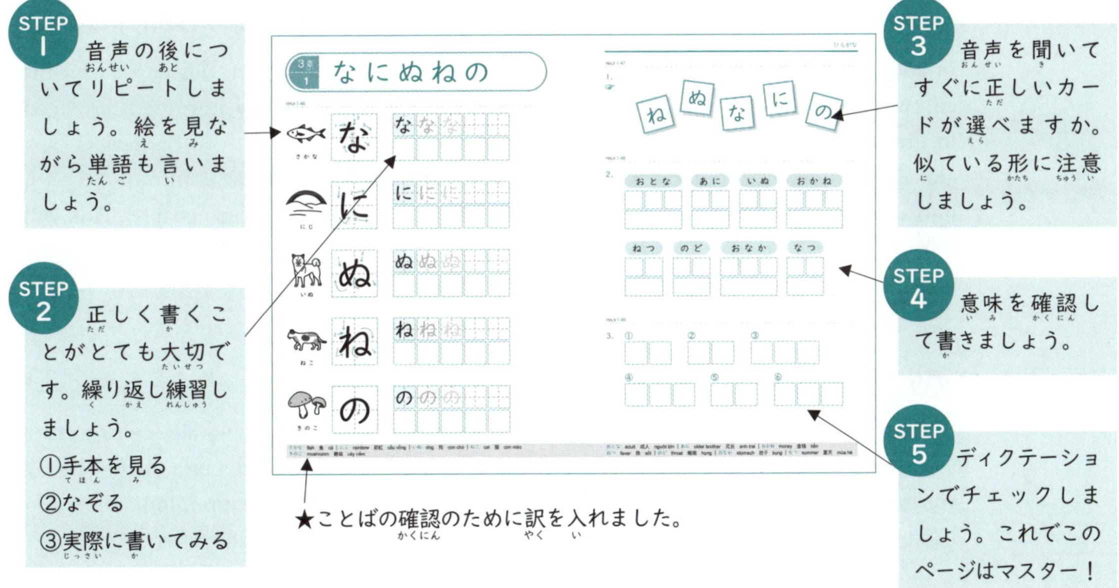

★ことばの確認のために訳を入れました。

クイズ

章が終わったら、クイズの問題で定着を確認します。文字は繰り返し練習することが大切です。間違えたところはもう一度確認しましょう。

ことばのひろば

新しいことばを増やすためのページです。絵を見て音声の後にリピートしましょう。単語チェックやディクテーションなどに使うと効果的です。

目次

理解度の把握のためにチェック欄☑、および学習日欄（　／　）をつけました。独学の場合も授業で取り扱う場合も、学習計画や定着度の確認等に役立ててください。

Features of this book

POINT 1. Learn effectively and systematically.

Japanese *hiragana* characters consists of 46 characters. You will begin learning in the order of the Japanese syllabary called "*Gojuon.*" However, you will also learn the dull sounds and extra sounds efficiently and effectively. For example, *ka* line *ga* line, *sa* line *za* line will be taught continuously. This is considering the fact that sound, characters, and vocabulary are closely related.

POINT 2. Learn and acquire useful vocabulary in daily life by studying *hiragana* and *katakana*.

In addition to character learning, you will increase your vocabulary with this book, which is an essential part of learning a foreign language. Therefore, vocabulary learning is arranged in the order of the characters in which you have learnt, and also so that you can review kana and expand your vocabulary. Useful vocabulary in daily life in Japan is introduced with illustrations in the *Kotoba No Hiroba* (vocabulary square) at the end of each chapter. You will learn them by looking at illustrations, listening to the audio and writing. Enjoy improving your Japanese by increasing your vocabulary.

POINT 3. Write beautiful and legible characters.

Learning the correct stroke order is a first step in mastering characters and also helps further learning. With a numbered stroke order, you can write beautiful legible characters by yourself without making a mistake even if this is your first time. In addition, fonts similar to handwriting are adopted. Let's learn to write legible characters by modeling after examples.

POINT 4. Learn characters and pronunciation at the same time.

Learning the proper pronunciation is an inseparable part of learning the characters. Since distinguishing pitch accent and beat is essential for mastering Japanese, you can confirm with the audio pronunciation of native speakers including each single tone, extra sound, and words. You will get used to Japanese characters as they link with pronunciations naturally. You will also be able to understand the connection between sound and character which will lead to complete acquisition.

*Audio files can be downloaded or streamed from https://www.sanshusha.co.jp/np/onsei/isbn/9784384059601/.(Free)

How to use this book

STEP 1. Look at a character and repeat after the audio. Let's practice out loud and learn how to read.

STEP 2. Practice to write with the correct stroke order by looking at the example. You will begin by tracing an example of a character.

STEP 3. Confirm with a card if the sound and character matches.

STEP 4. You will memorize the basic word that consists of the characters you have already learned.

STEP 5. You will practice writing after listening to the audio. If you can do this, you mastered it.

STEP 1 Repeat after the audio. Say the word looking at the illustration.

STEP 2 Writing correctly is an essential part of learning.
Keep practicing.
① Looking at models
② Tracing the model
③ Actually writing

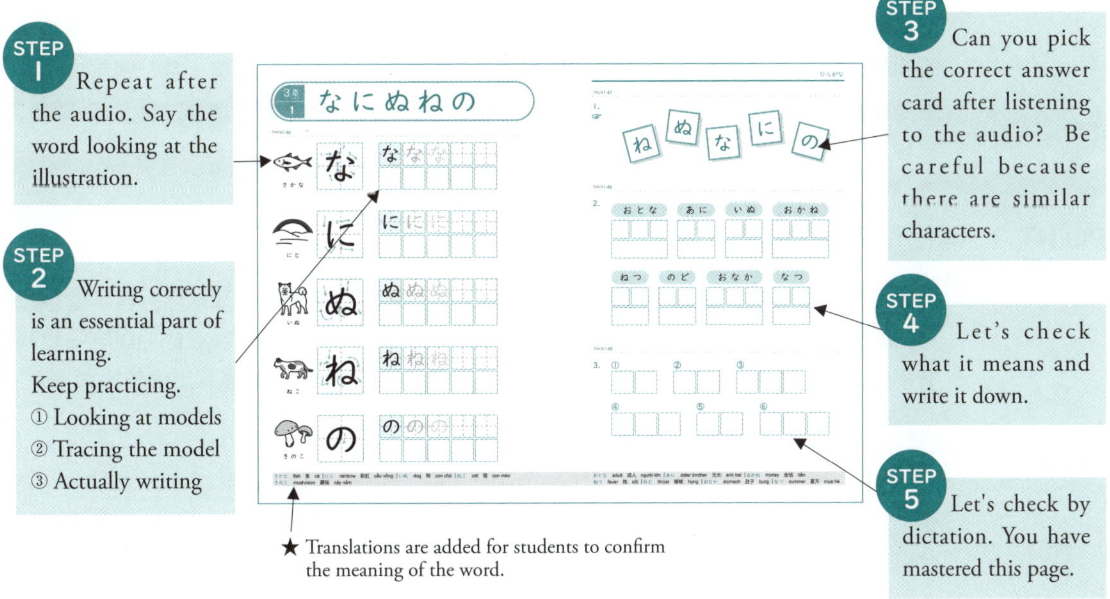

★ Translations are added for students to confirm the meaning of the word.

STEP 3 Can you pick the correct answer card after listening to the audio? Be careful because there are similar characters.

STEP 4 Let's check what it means and write it down.

STEP 5 Let's check by dictation. You have mastered this page.

Quiz

Evaluate how much you learned at the end of each chapter.
Repetition is important to learning characters.
If you make a mistake, try again.

Kotoba No Hiroba (vocabulary square)

You can increase your vocabulary on this page.
Look at the illustration and repeat after the audio.
The Vocabulary Square is effective when used with word checking and dictation.

Contents

Check columns ☑ and Study Day columns (/) are added to measure the level of understanding.
Make use of them for study planning and performance evaluation whether in self-study or in learning in classes.

本书的优势

POINT 1　高效的学习体系

日语文字的平假名由 46 个文字的组合而构成. 学习顺序一般按照 50 音的顺序进行，而本书在浊音与特殊音的提出顺序上下了巧思. 例如力行ガ行，サ行ザ行，由于发音，文字，词汇之间联系紧密，连续学习有助于减轻学习负担，更轻松有效地掌握知识.

POINT 2　学习平假名，片假名的同时可以增加生活中必备的词汇

本书除了文字学习以外，也将扩大日常生活中使用频率高的词汇作为目的之一. 书中列出的单词使用了已学习文字，因此可以在复习假名的同时扩大词汇量. 在" 语言广场"，用浅显易懂的插图描绘了日常场景，可以在趣味学习中增加词汇量. 请通过看图, 听语音, 书写，　固知识.

POINT 3　写出优美易辨认的文字

按照正确顺序书写是学习正确文字的第一步. 本书用数字标出了书写顺序，自学者也能轻松参照，学习写出优美易辨认的文字. 另外，字体采用了 Morisawa 的 UD 电子教科书字体. 对于日语文字的初学者来说 是字形易懂易辨认的字体. 临摹写出优美的文字吧.

POINT 4　同时掌握发音与文字

文字与发音不可分割. 在日语学习中，高低音调与发音节奏的养成不可或缺. 本书可通过语音——确认每个文字与单词的母语发音，让读者自然而然地理解声音与文字的一致性，完全掌握语言.

※ 音频可从 https://www.sanshusha.co.jp/np/onsei/isbn/9784384059601/ 　下载或直接播放(免费).

本书的使用方法

STEP Ⅰ．边看文字边跟读语音．发出声音记住读法．

STEP 2．边看例字边按照正确顺序练习书写．从描摹辅助线开始练习．

STEP 3．用卡片确认语音与文字是否一致．

STEP 4．记住使用了已学习的文字的单词．

STEP 5．边听语音边书写．检查是否书写正确．

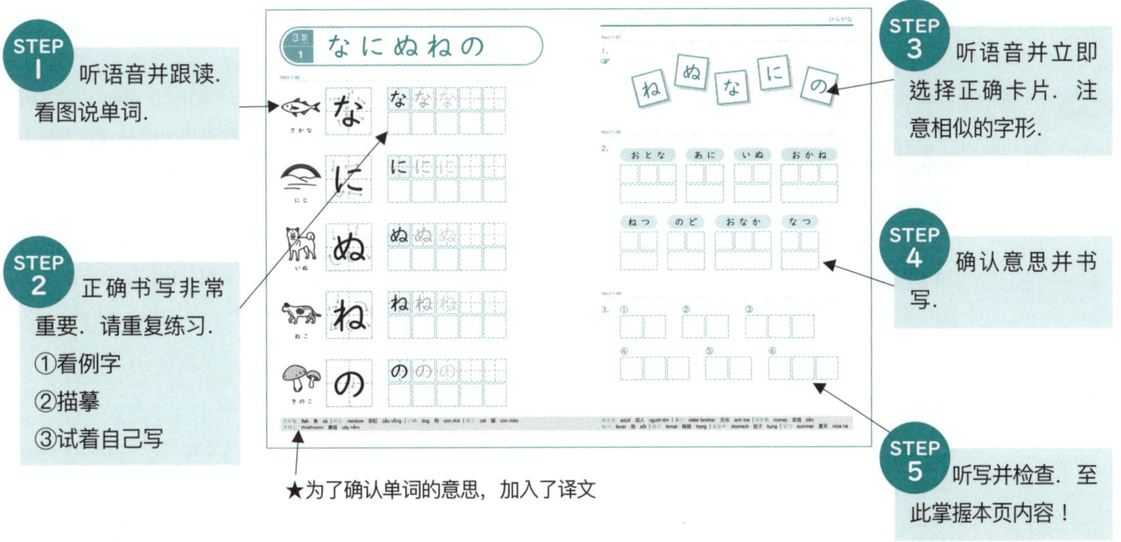

STEP 1 听语音并跟读．看图说单词．

STEP 2 正确书写非常重要．请重复练习．
①看例字
②描摹
③试着自己写

★为了确认单词的意思，加入了译文

STEP 3 听语音并立即选择正确卡片．注意相似的字形．

STEP 4 确认意思并书写．

STEP 5 听写并检查．至此掌握本页内容！

问答题

一章结束后，可通过问答题检查掌握情况．重复练习文字非常重要．错误的部分请再次进行确认．

语言广场

增加新词语的页面．请看图听语音并跟读．用于检查单词掌握情况和听写练习也很有效．

目录

为了更好地掌握理解程度，新增了检查栏 ☑ 和学习日期栏（ ／ ）．无论是自学或是课堂教学，都可以帮助制定学习计划和确认理解程度．

ĐẶC TRƯNG CỦA GIÁO TRÌNH

Đặc trưng 1: Bạn đọc có thể học tập một cách hiệu quả và có hệ thống

Từ vựng Hiragana trong tiếng Nhật được hình thành từ việc kết hợp 46 chữ cái. Về cơ bản, tiến trình học sẽ vẫn tuân theo trình tự bảng 50 âm tiết trong tiếng Nhật, tuy nhiên ở đây, chúng tôi còn lưu tâm tới thứ tự đưa vào biến âm và các âm đặc biệt khác. Ví dụ, những hàng chữ cái có liên hệ mật thiết về cả mặt phát âm, chữ viết và từ vựng như hàng "Ka" và "Ga", hay hàng "Sa" và "Za", nếu được đưa ra nối tiếp nhau sẽ giúp cho bạn đọc có thể học tập một cách hiệu quả hơn, mà không tốn nhiều công sức.

Đặc trưng 2: Vừa học chữ cái Hiragana, Katakana, vừa tăng vốn từ vựng cần thiết trong cuộc sống

Mục tiêu của giáo trình ngoài việc học tập bảng chữ cái, còn là mở rộng vốn từ vựng có tần suất sử dụng cao trong cuộc sống hàng ngày. Từ vựng liên quan được trình bày bên cạnh hàng chữ cái đã học, sẽ giúp bạn đọc có thể vừa ôn luyện chữ cái, vừa tăng cường vốn từ vựng của bản thân. Ở phần "Từ vựng mở rộng", những hoàn cảnh mà bạn đọc sẽ gặp thường xuyên trong cuộc sống được mô tả một cách dễ hiểu bằng hình ảnh minh họa, giúp tăng thêm vốn từ vựng một cách thoải mái, không áp lực. Bằng việc nhìn tranh, nghe âm thanh và ghi chép lại, bạn đọc hãy cố gắng củng cố kiến thức của mình thật chắc chắn.

Đặc trưng 3: Bạn đọc có thể học được cách viết chữ sạch đẹp, dễ nhìn

Trình tự nét chữ đúng là bước đầu tiên để học chữ cái một cách chính xác. Để những bạn đọc tự học một mình cũng có thể nắm được trình tự viết, mỗi chữ cái đều được đánh số thứ tự của nét chữ, do đó bạn đọc hoàn toàn có thể học được cách viết đẹp, dễ nhìn. Ngoài ra, giáo trình cũng đã lựa chọn font chữ dành cho giáo trình điện tử UD của công ty thiết kế Morisawa. Đây là font chữ có thể giúp người học, kể cả những ai lần đầu tiên tiếp xúc với chữ cái tiếng Nhật, cũng có thể dễ dàng nắm bắt hình thái chữ viết, mà không bị nhầm lẫn. Bạn đọc hãy nhìn chữ mẫu và nắm vững hình thái chuẩn mực của chữ cái.

Đặc trưng 4: Học song song chữ viết và phát âm

Chữ viết và phát âm là hai yếu tố không thể tách rời. Để học tiếng Nhật, không thể thiếu sự bồi dưỡng cảm nhận về trọng âm cao thấp và nhịp, phách, do vậy, nội dung giáo trình bao gồm cả phần phát âm mẫu của người bản xứ, giúp bạn đọc có thể xác nhận phát âm của từng chữ cái và toàn bộ từ vựng liên quan. Qua đó, bạn đọc sẽ nắm bắt được sự thống nhất giữa âm thanh và chữ viết một cách tự nhiên, khiến cho quá trình học tập trở nên hoàn thiện hơn.

*Bạn đọc có thể tải xuống file nghe hoặc nghe trực tuyến tại trang web https://www.sanshusha.co.jp/np/onsei/isbn/9784384059601/. (Miễn phí)

CÁCH SỬ DỤNG GIÁO TRÌNH

BƯỚC 1: Nhìn chữ cái và nhắc lại phát âm theo mẫu. Đọc thành tiếng và học thuộc cách đọc.

BƯỚC 2: Nhìn chữ cái mẫu và luyện tập viết theo trình tự đúng. Hãy bắt đầu từ việc tô lại nét chữ trong ô luyện tập mẫu.

BƯỚC 3: Xác nhận bằng thẻ xem phát âm và chữ viết đã thống nhất hay chưa.

BƯỚC 4: Học thuộc từ vựng liên quan đến những chữ cái mới học.

BƯỚC 5: Nghe và viết lại. Hãy xác nhận xem mình đã viết đúng hay chưa.

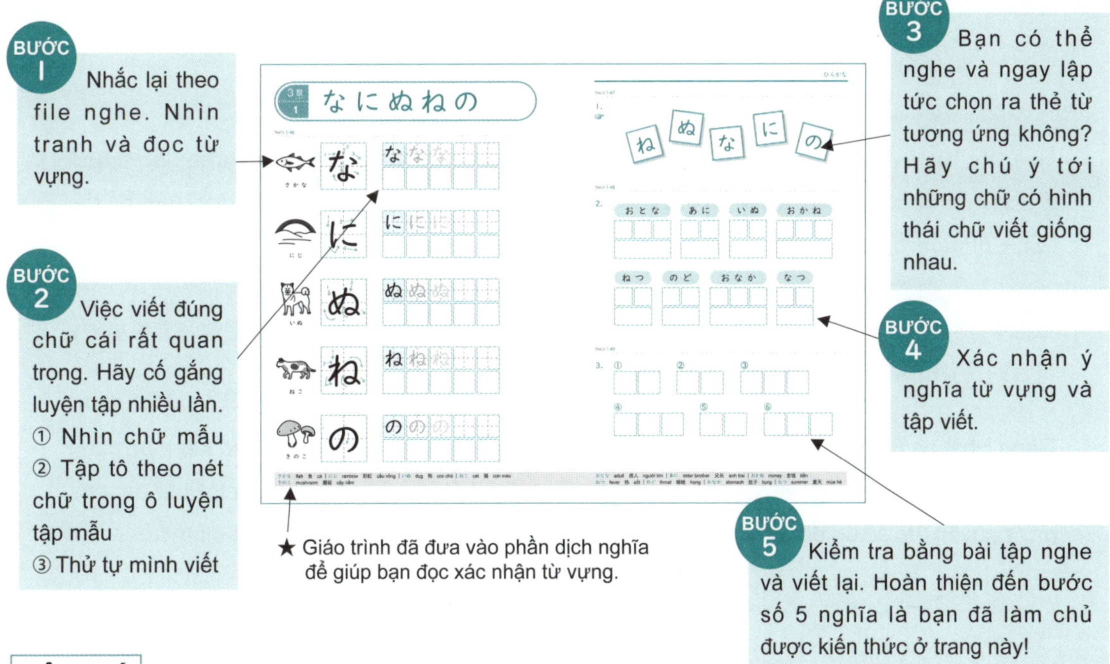

BƯỚC 1 — Nhắc lại theo file nghe. Nhìn tranh và đọc từ vựng.

BƯỚC 2 — Việc viết đúng chữ cái rất quan trọng. Hãy cố gắng luyện tập nhiều lần. ① Nhìn chữ mẫu ② Tập tô theo nét chữ trong ô luyện tập mẫu ③ Thử tự mình viết

★ Giáo trình đã đưa vào phần dịch nghĩa để giúp bạn đọc xác nhận từ vựng.

BƯỚC 3 — Bạn có thể nghe và ngay lập tức chọn ra thẻ từ tương ứng không? Hãy chú ý tới những chữ có hình thái chữ viết giống nhau.

BƯỚC 4 — Xác nhận ý nghĩa từ vựng và tập viết.

BƯỚC 5 — Kiểm tra bằng bài tập nghe và viết lại. Hoàn thiện đến bước số 5 nghĩa là bạn đã làm chủ được kiến thức ở trang này!

CÂU ĐỐ

Sau khi kết thúc chương, chúng ta sẽ xác nhận lại mức độ hiểu và nhớ bài qua các bài tập ở dạng câu đố. Đối với chữ viết, việc luyện tập nhiều lần là vô cùng quan trọng. Hãy cùng nhau xác nhận lại một lần nữa những chỗ mà bạn đã sai.

TỪ VỰNG MỞ RỘNG

Đây là trang để tăng thêm vốn từ mới. Bạn đọc hãy nhìn tranh và nhắc lại theo file nghe. Sẽ hiệu quả hơn nếu bạn đọc có thể sử dụng phần này vào việc kiểm tra từ vựng và tập viết chính tả.

MỤC LỤC

Giáo trình kèm theo cột đánh dấu ☑ để bạn đọc tự nắm bắt mức độ hiểu bài và cột ghi ngày tháng học tập (／). Dù là tự học hay sử dụng giáo trình trong giờ học trên lớp, bạn đọc cũng hãy tận dụng phần này cho việc lên kế hoạch học tập, cũng như xác nhận mức độ hiểu bài, thuộc bài của bản thân.

母音と口の形
ぼ いん　　くち　かたち

Vowels and the shape of mouth
母音与口型
Nguyên âm và khẩu hình miệng khi phát âm

日本語には、a、i、u、e、oの5つの母音があります。日本語は基本的にひとつの音が母音で終わりますから、母音を習得するのはとても重要です。母音の発音は口の開きと、唇の形、舌の位置によって決まります。

Japanese has five vowels: a i u e o. It's very important to master vowels because one sound generally ends with a vowel in Japanese. Pronunciation of the vowels is differentiated by the shape of mouth, form of lips, and location of tongue.

日语中，有aiueo 5种母音. 由于日语一般以母音作为一个音的结束，所以掌握母音非常重要. 母音的发音由嘴的开合，嘴唇的形状与舌头的位置决定.

Tiếng Nhật có 5 nguyên âm a, i, u, e, o. Về cơ bản, một âm trong tiếng Nhật sẽ kết thúc bằng nguyên âm, do vậy việc làm chủ các nguyên âm này là điều vô cùng cần thiết. Phát âm của một nguyên âm sẽ do độ mở của miệng, hình dáng môi và vị trí của lưỡi quyết định.

あ／ア［a］

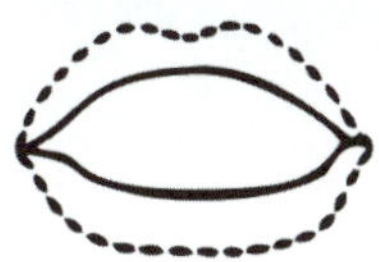

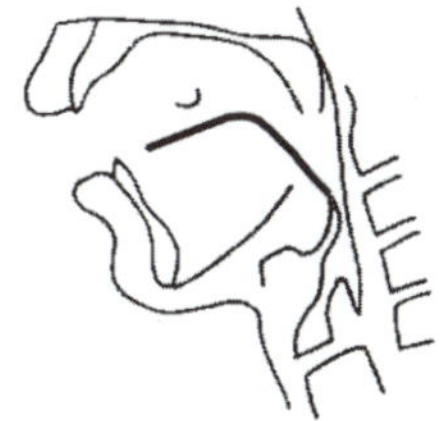

《口の開き》
自然に口を開きます。

《唇》
自然に開きます。

《舌》
あごを引き、舌はあごと一緒に低い位置において発音します。

《Shape of mouth》
Open mouth naturally.

《Lip form》
Natural position.

《Tongue》
Drop lower jaw and tongue.

《嘴的开合》
自然张开嘴.

《嘴唇》
自然张开.

《舌头》
收下巴，舌头与下巴一同放于较低的位置发音.

《Độ mở của miệng》
Để miệng mở tự nhiên.

《Môi》
Môi ở vị trí tự nhiên.

《Lưỡi》
Phát âm bằng cách kéo cằm xuống và đặt lưỡi ở vị trí thấp theo chuyển động của cằm.

い／イ［i］

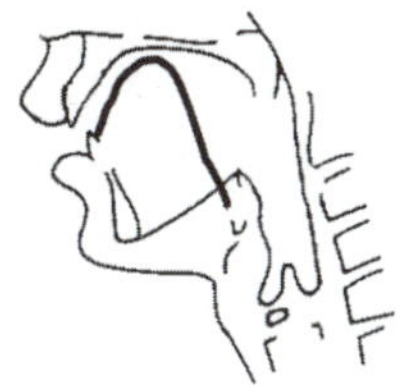

《口の開き》
口はわずかに開けます。

《唇》
やや横にひきます。

《舌》
前舌から中舌にかけて高く持ち上げて発音します。舌先は下の歯の裏。

《Shape of mouth》
Open mouth slightly.

《Lip form》
Slightly stretch lips laterally.

《Tongue》
Lift up front and center part of tongue and place tip of tongue at the back of bottom front teeth.

《嘴的开合》
略微张开嘴.

《嘴唇》
略微横向展开.

《舌头》
将前舌至中舌部位抬高发音. 舌尖放于下齿内侧.

《Độ mở của miệng》
Miệng hơi mở rộng.

《Môi》
Hơi kéo môi sang hai bên.

《Lưỡi》
Nâng cao từ phần trước đến phần giữa của lưỡi rồi phát âm. Đầu lưỡi nằm phía sau răng hàm dưới.

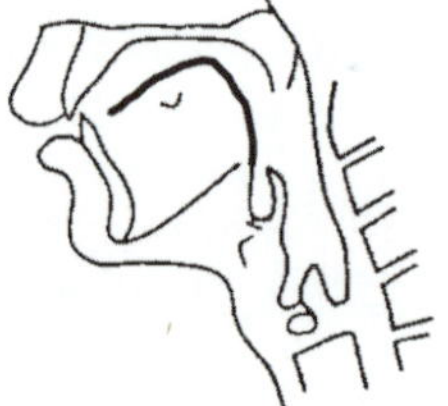

《口の開き》
「い」のときよりも口を閉じます。母音5音中で最も狭い口の開き。

《唇》
唇 の両端をやや真ん中に寄せますが丸めず、突き出さず平らにします。

《舌》
舌は中舌を高く持ち上げて発音します。

《Shape of mouth》
Open mouth smaller than ［i］. This is the smallest opening of the five vowels.

《Lip form》
Both corners of lips do not stretch. Do not pucker but make flat.

《Tongue》
Lift up the center part of tongue.

《嘴的开合》
比发"い"音时张嘴幅度更小. 在5个母音中嘴的开合程度最小.

《嘴唇》
嘴唇两端略向中央聚拢但不呈现圆形，嘴唇平直，不突嘴.

《舌头》
将中舌部位抬高发音.

《Độ mở của miệng》
Miệng mở hẹp hơn so với khi phát âm âm [i]. Đây là âm có độ mở của miệng hẹp nhất trong 5 nguyên âm.

《Môi》
Hai mép có xu hướng chụm vào giữa nhưng không được tròn môi hoặc chu môi ra phía trước, mà phải giữ môi ở hình dạng mặt phẳng.

《Lưỡi》
Nâng phần giữa của lưỡi lên cao và phát âm.

え／エ [e]

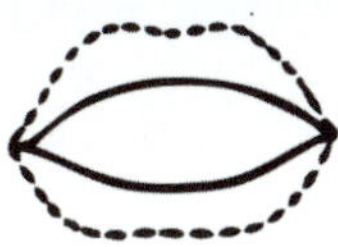

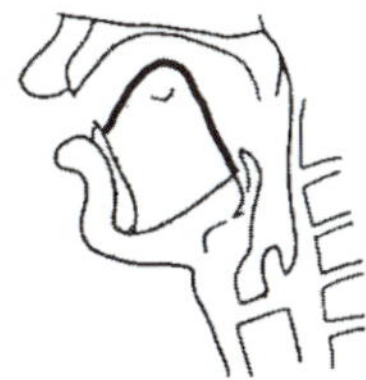

《口の開き》
「あ」のときより小さく口を開きます。

《唇》
やや横にひきます。

《舌》
「あ」のときより前に持ち上げて発音します。
舌先は下の歯の裏。

《Shape of mouth》
Open mouth smaller than［a］.

《Lip form》
Slightly stretch lips laterally.

《Tongue》
Lift up tongue higher than pronouncing［a］and place tip of tongue at the back of bottom front teeth.

《嘴的开合》
比发"あ"音时张嘴幅度更小.

《嘴唇》
略微横向展开.

《舌头》
比发"あ"音时位置更靠前. 舌尖放于下齿内侧.

《Độ mở của miệng》
Miệng mở hẹp hơn so với khi phát âm âm [a].

《Môi》
Hơi kéo môi sang hai bên.

《Lưỡi》
Nâng cao lưỡi hơn so với khi phát âm âm [a]. Đầu lưỡi đặt phía sau hàm dưới.

お／オ [o]

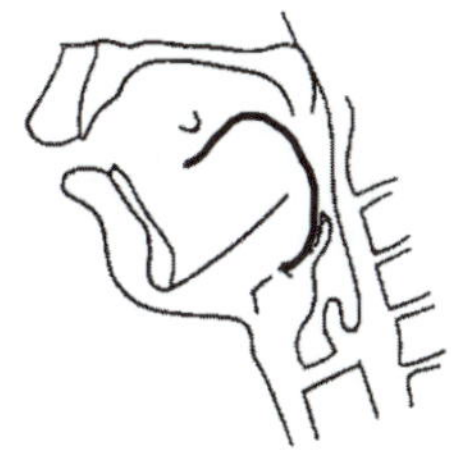

《口の開き》
「う」よりあごを引き、やや開きます。

《唇》
やや丸めます。

《舌》
「う」よりやや奥に引っ込め、奥舌を持ち上げて発音します。

《Shape of mouth》
Drop jaw lower than pronouncing［ɯ］and slightly open mouth.

《Lip form》
Make slightly round form.

《Tongue》
Withdraw tongue slightly and lift back of tongue.

《嘴的开合》
比发"う"音时更收紧下巴，略微张嘴.

《嘴唇》
略微呈现圆形.

《舌头》
比发"う"音时位置稍靠后. 抬高后舌发音.

《Độ mở của miệng》
Để miệng mở tự nhiên.

《Môi》
Môi ở vị trí tự nhiên.

《Lưỡi》
Phát âm bằng cách kéo cằm xuống và đặt lưỡi ở vị trí thấp theo chuyển động của cằm.

ひらがな

HIRAGANA

a	i	u	e	o
あ	い	う	え	お

ka	ki	ku	ke	ko
か	き	く	け	こ

sa	shi	su	se	so
さ	し	す	せ	そ

ta	chi	tsu	te	to
た	ち	つ	て	と

na	ni	nu	ne	no
な	に	ぬ	ね	の

ha	hi	fu	he	ho
は	ひ	ふ	へ	ほ

ma	mi	mu	me	mo
ま	み	む	め	も

ya		yu		yo
や		ゆ		よ

ra	ri	ru	re	ro
ら	り	る	れ	ろ

wa				(o)
わ				を

	n
っ	ん

kya	kyu	kyo
きゃ	きゅ	きょ

sha	shu	sho
しゃ	しゅ	しょ

cha	chu	cho
ちゃ	ちゅ	ちょ

nya	nyu	nyo
にゃ	にゅ	にょ

hya	hyu	hyo
ひゃ	ひゅ	ひょ

mya	myu	myo
みゃ	みゅ	みょ

rya	ryu	ryo
りゃ	りゅ	りょ

ga	gi	gu	ge	go
が	ぎ	ぐ	げ	ご
za	ji	zu	ze	zo
ざ	じ	ず	ぜ	ぞ
da	(ji)	(zu)	de	do
だ	ぢ	づ	で	ど
ba	bi	bu	be	bo
ば	び	ぶ	べ	ぼ
pa	pi	pu	pe	po
ぱ	ぴ	ぷ	ぺ	ぽ

gya	gyu	gyo
ぎゃ	ぎゅ	ぎょ
ja	ju	jo
じゃ	じゅ	じょ
(ja)	(ju)	(jo)
ぢゃ	ぢゅ	ぢょ
bya	byu	byo
びゃ	びゅ	びょ
pya	pyu	pyo
ぴゃ	ぴゅ	ぴょ

あ い う え お

TRACK 1-03

あい

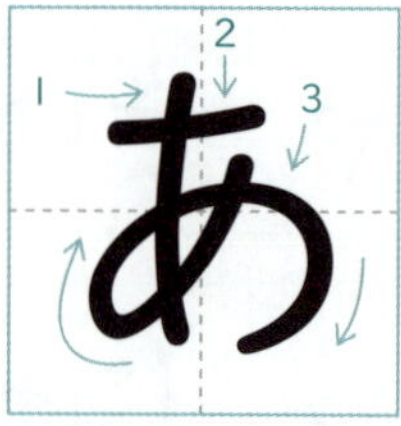
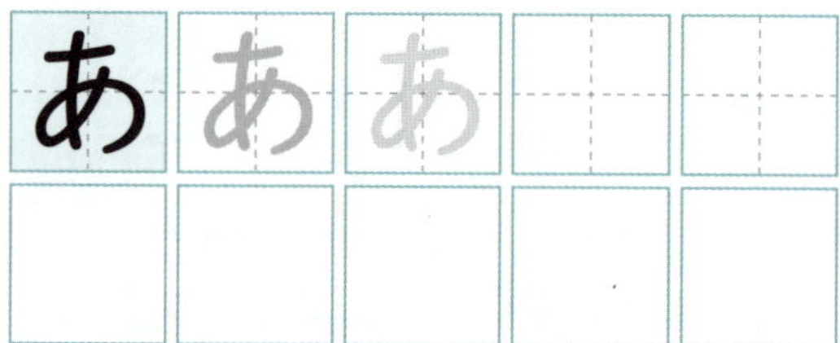

いえ

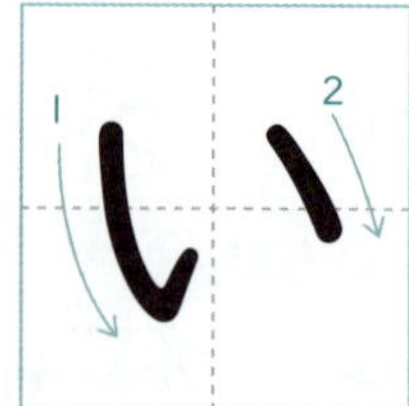
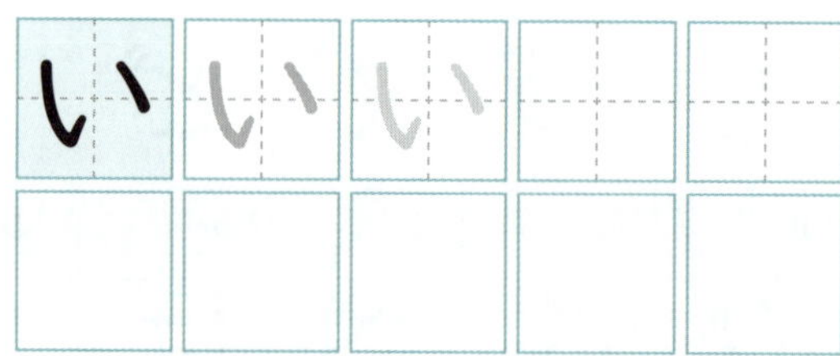

うえ

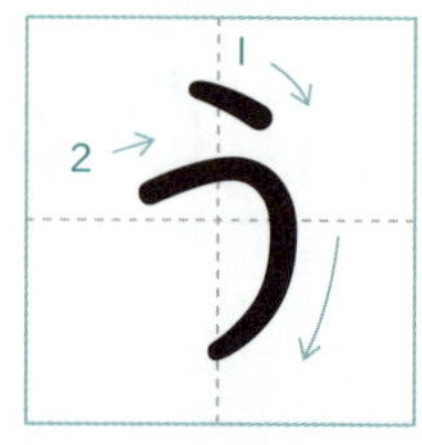
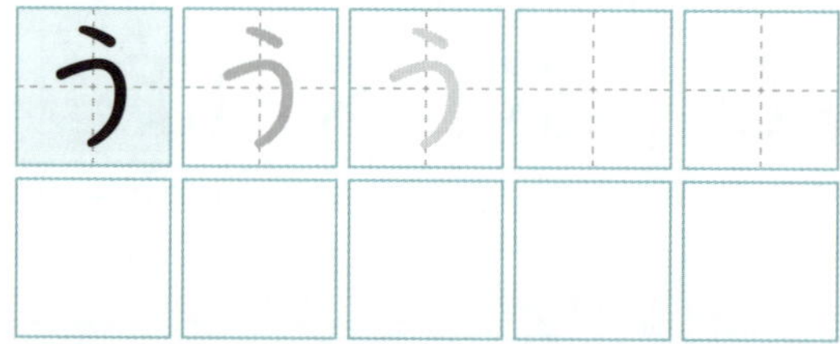

え

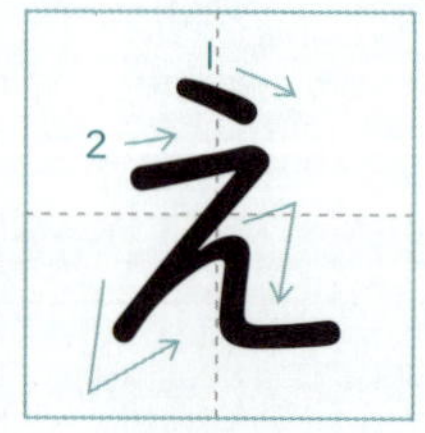
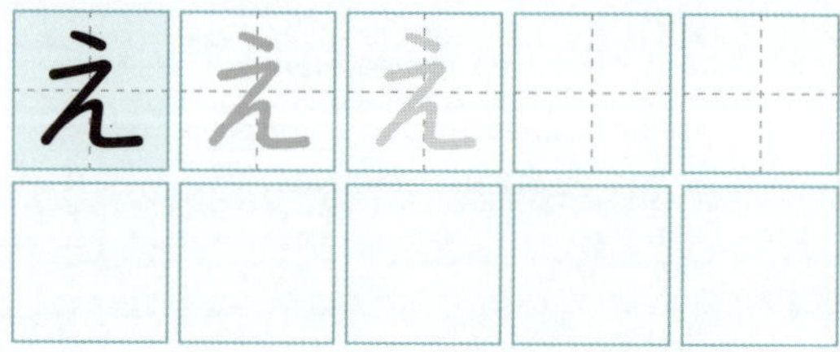

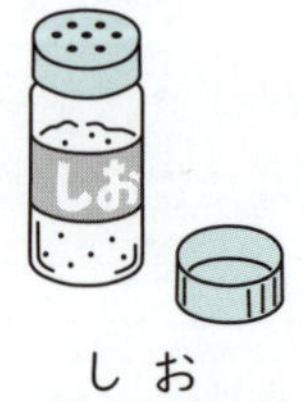
しお

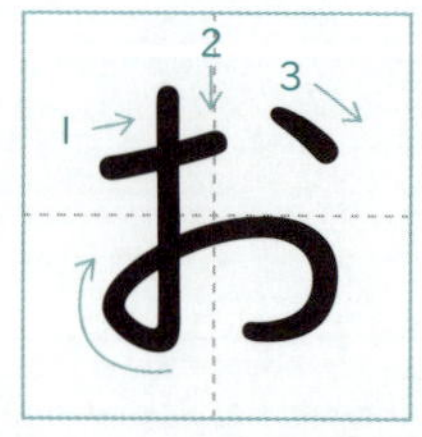
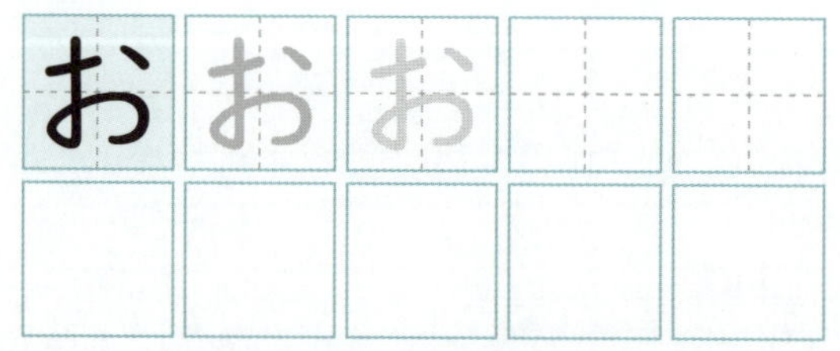

あい　love　爱　tình yêu ｜ いえ　house　家　nhà ｜ うえ　upside/above　上　phía trên
え　painting　画　bức tranh ｜ しお　salt　盐　muối

TRACK 1-04

1.

☞

え　い　お　あ　う

TRACK 1-05

2.

あ　い　　　い　え　　　う　え　　　え

あ　お　　　い　い　　　い　い　え

TRACK 1-06

3.　① ② ③

④ ⑤ ⑥

1章(しょう) 2

かきくけこ

TRACK 1-07

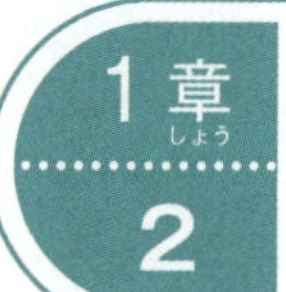

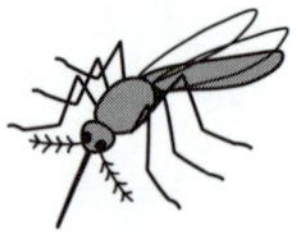
か

か か か か

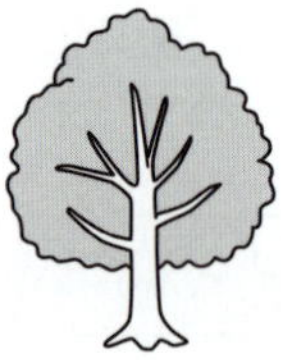
き

き き き き

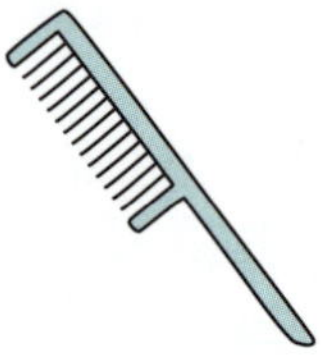
く し

く く く く

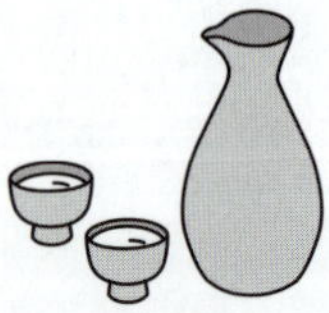
さ け

け け け け

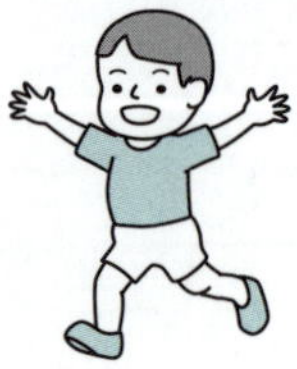
こ ど も

こ こ こ こ

か mosquito 蚊子 con muỗi | き tree 树 cây | くし comb 梳子 lược | さけ alcohol drink 酒 rượu
こども child 孩子 trẻ con, con cái |

TRACK 1-08

1.

☞　か　く　こ　け　き

TRACK 1-09

2.　あか　えき　かお　きかい

かい　け　きこく

TRACK 1-10

3.　① ② ③ ④ ⑤

あか　red　红色　màu đỏ ｜えき　station　车站　ga ｜かお　face　脸　khuôn mặt
きかい　machine　机械　máy móc ｜かい　shellfish　贝壳类　động vật thân mềm có vỏ (như ngao, sò, ốc,…)
け　hair　毛　tóc, lông ｜きこく　return to one's country　回国　về nước ｜

が ぎ ぐ げ ご

TRACK 1-11

けが

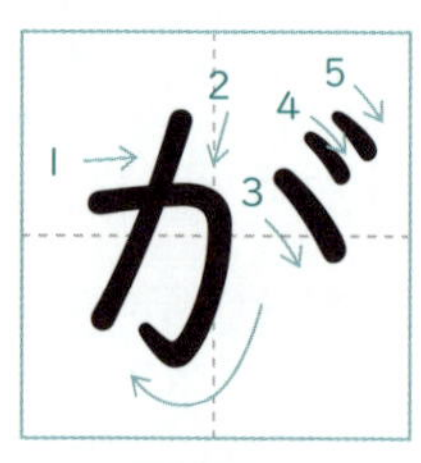
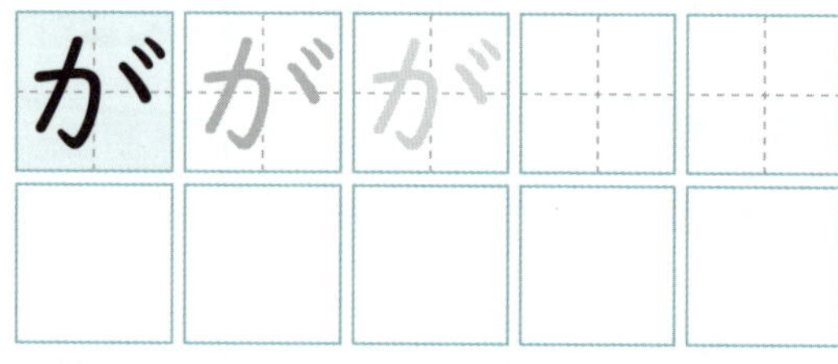

かぎ

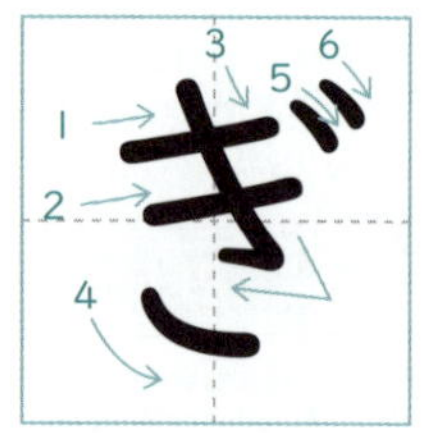
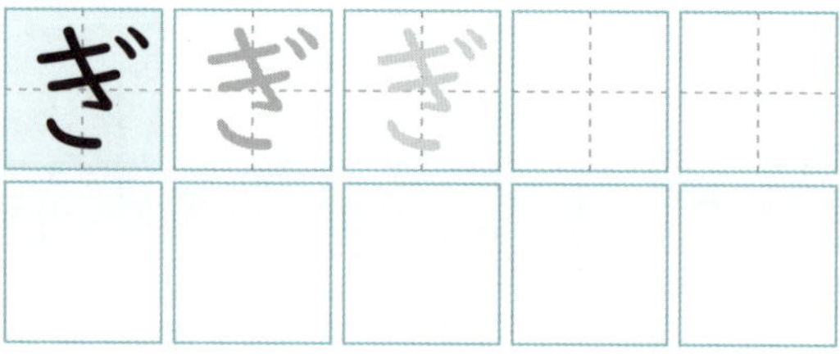

かぐ

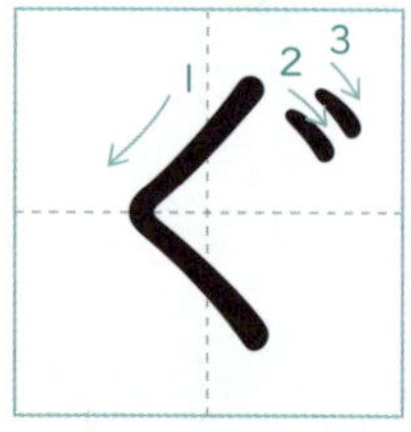
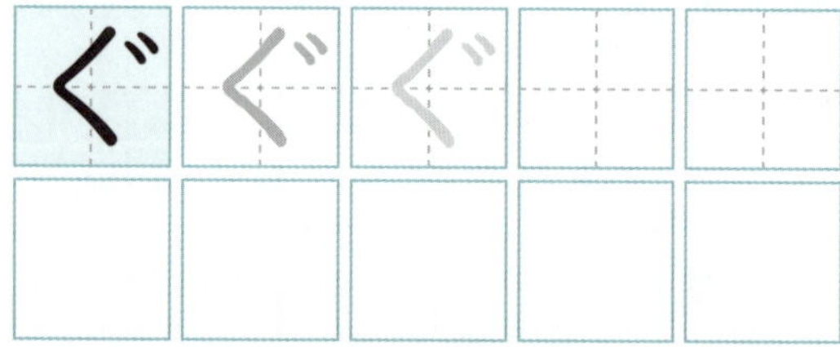

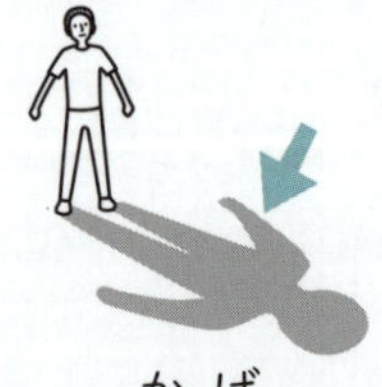
かげ

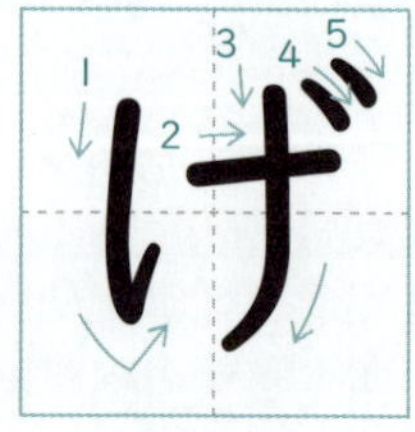
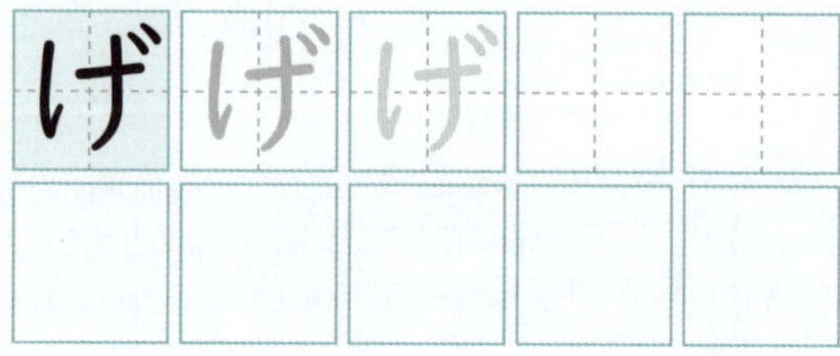

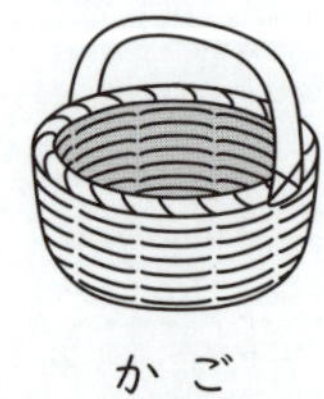
かご

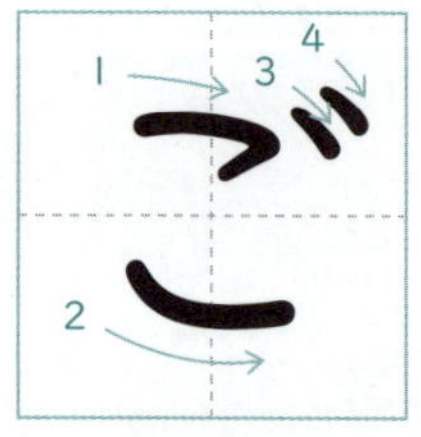
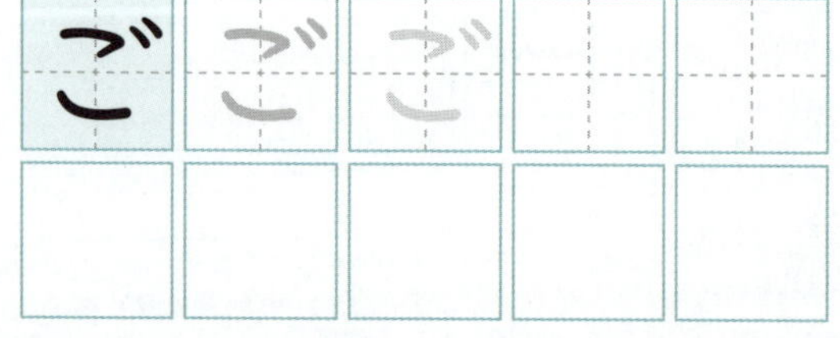

けが injury 受伤 việc bị thương, vết thương ｜ かぎ key 钥匙 chìa khóa ｜ かぐ furniture 家具 đồ nội thất
かげ shadow 影子 bóng, bóng hình ｜ かご basket 筐 cái giỏ

TRACK 1-12

1.
☞ げ ぎ ぐ が ご

TRACK 1-13

2.

がいこく　　うがい　　かぎ

あご　　ごご　　かいぎ　　けが

TRACK 1-14

3. ① ② ③ ④ ⑤

がいこく　foreign country　外国　nước ngoài ｜ うがい　gargle　漱口　việc súc miệng ｜ あご　chin　下巴　cằm
ごご　afternoon　下午　buổi chiều ｜ かいぎ　conference, meeting　会议　buổi họp

ながい　おと

TRACK 1-15

1.
　えいが　　　こうえん　　　こくおう　　　ぎんこう

TRACK 1-16

2.
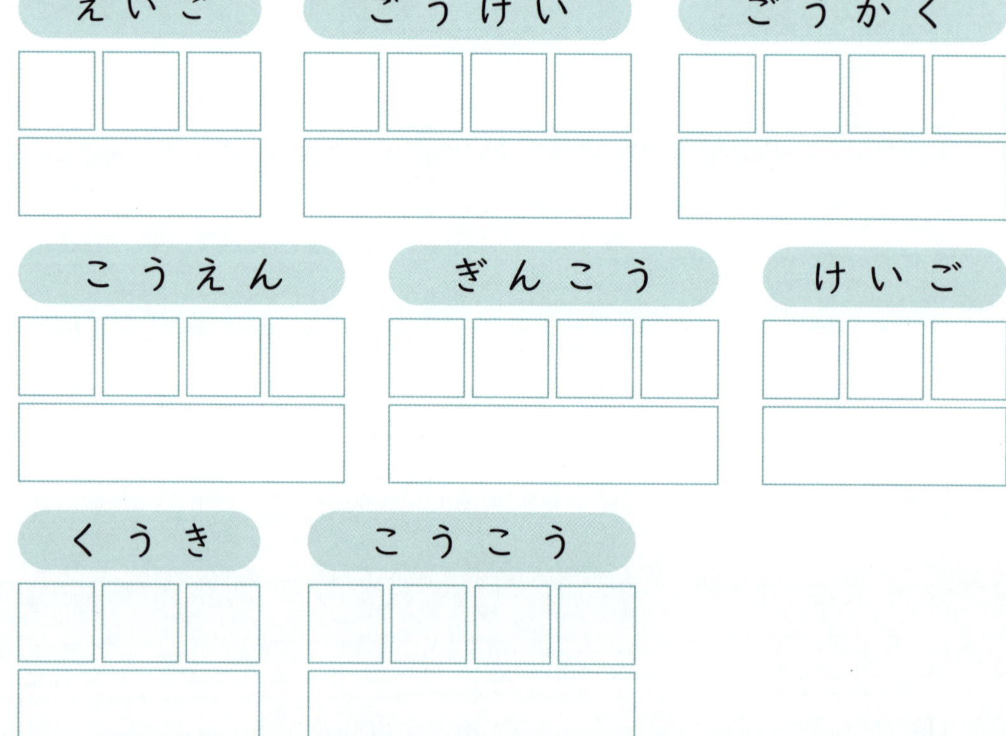

えいご	ごうけい	ごうかく
こうえん	ぎんこう	けいご
くうき	こうこう	

TRACK 1-17

3.
① ② ③
④ ⑤

えいが　movie　电影　phim chiếu rạp ｜ こうえん　park　公园　công viên ｜ こくおう　king　国王　quốc vương, nhà vua ｜ ぎんこう　bank　银行　ngân hàng ｜ えいご　English　英语　tiếng Anh ｜ ごうけい　total　总计　tổng, việc tính tổng ｜ ごうかく　pass　合格　việc đỗ/vượt qua kỳ thi ｜ けいご　honorific expression　敬语　kính ngữ ｜ くうき　air　空气　không khí ｜ こうこう　high school　高中　trường trung học phổ thông

クイズ

1章
しょう
Q

1. ① ② ③ ④ ⑤ ⑥

2.

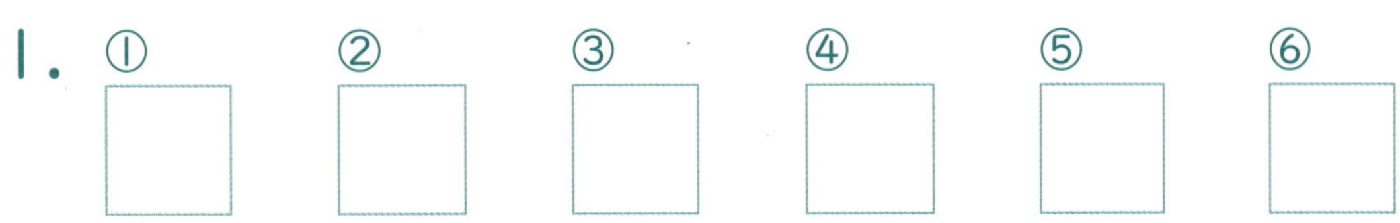

① ② ③ ④ ⑤

① ② ③

④ ⑤

3.

① ② ③

④ ⑤ ⑥

⑦ ⑧ ⑨

⑩

2章(しょう) 1 さしすせそ

TRACK 1-20

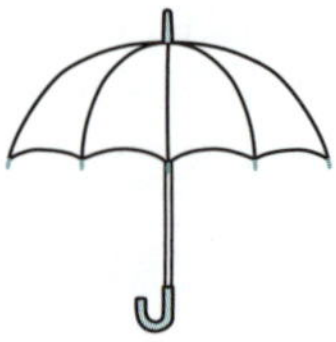
かさ

さ さ さ さ

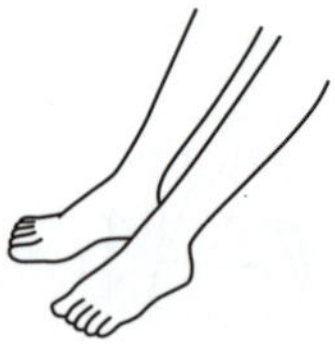
あし

し し し し

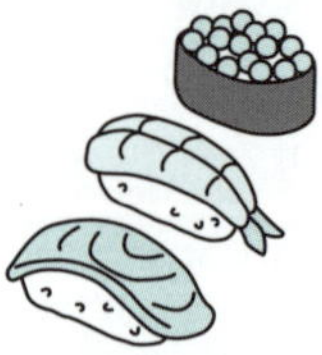
すし

す す す す

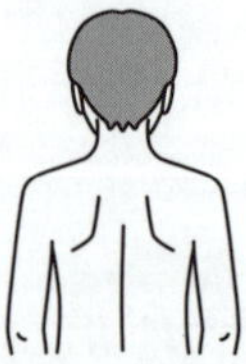
せなか

せ せ せ せ

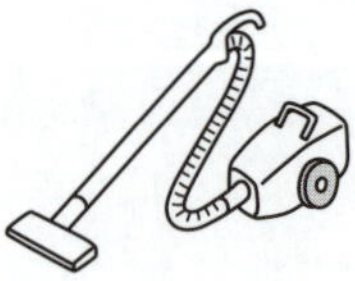
そうじき

そ そ そ そ

かさ umbrella 伞 cái ô | あし legs 脚 chân | すし sushi 寿司 món sushi | せなか back 背部 lưng
そうじき vacuum cleaner 吸尘器 máy hút bụi

TRACK 1-21

1.

☞　そ　す　せ　し　さ

TRACK 1-22

2.

あさ　　しお　　あす　　せき　　うそ

せかい　　３さい　　がくせい

TRACK 1-23

3. ①　②　③　④　⑤　⑥

2章(しょう) 2　ざじずぜぞ

TRACK 1-24

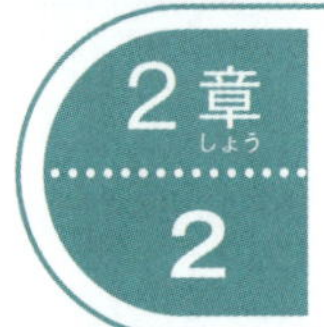

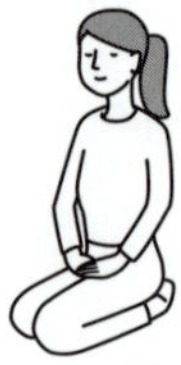

せいざ

ざ　ざ　ざ　ざ

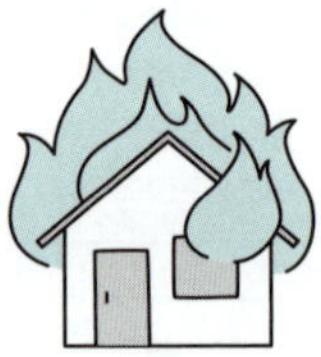

かじ

じ　じ　じ　じ

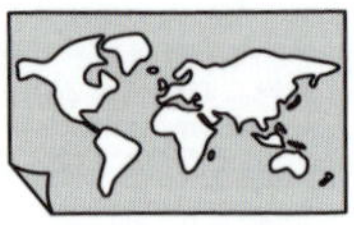

ちず

ず　ず　ず　ず

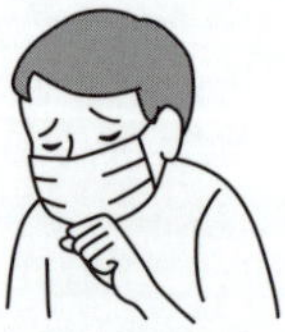

かぜ

ぜ　ぜ　ぜ　ぜ

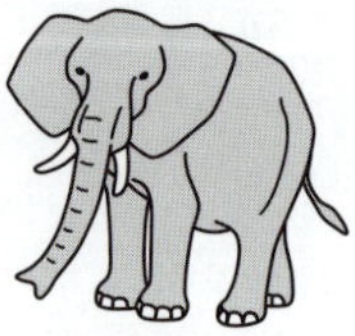

ぞう

ぞ　ぞ　ぞ　ぞ

せいざ　sitting on one's heels　跪坐　kiểu ngồi quỳ gối ｜かじ　fire　火灾　hỏa hoạn ｜ちず　map　地图　bản đồ
かぜ　cold　感冒　cảm cúm ｜ぞう　elephant　象　con voi

TRACK 1-25

1.

☞

ず　じ　ぜ　ぞ　ざ

TRACK 1-26

2.

| そうじ | じこ | かず | あざ |

| あじ | かぜ | ぜい | かぞく |

TRACK 1-27

3.　① ② ③ ④ ⑤ ⑥

そうじ　cleaning　打扫　việc dọn dẹp ｜ じこ　accident　事故　tai nạn ｜ かず　number　数字 / 数量　số lượng
あざ　bruise　痣　vết thâm tím, vết chàm ｜ あじ　taste　味道　vị, mùi vị ｜ ぜい　tax　税　thuế
かぞく　family　家庭　gia đình

た ち つ て と

TRACK 1-28

きた

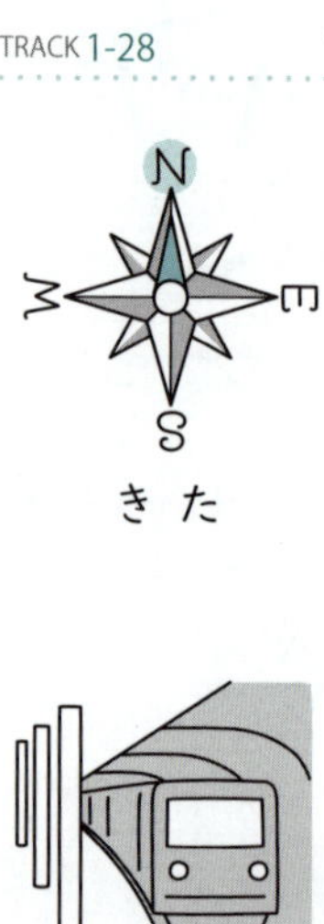

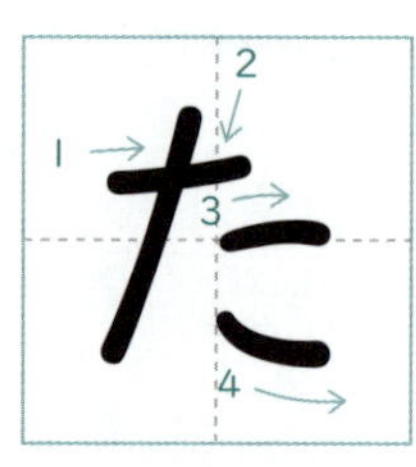

た　た　た

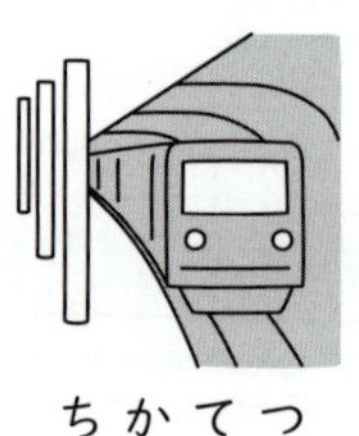
ちかてつ

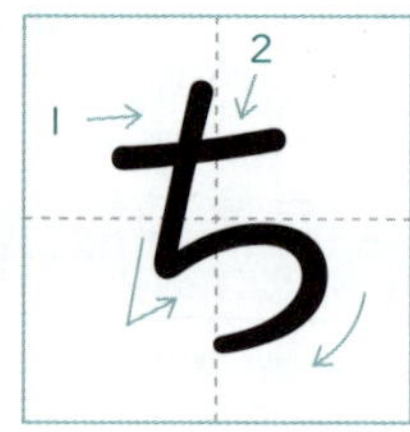

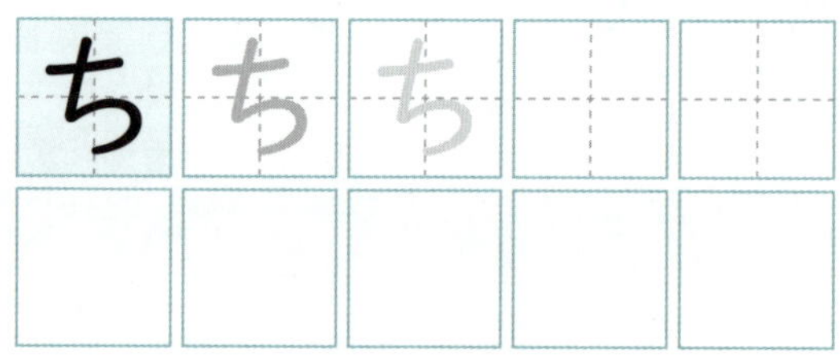

ち　ち　ち

つくえ

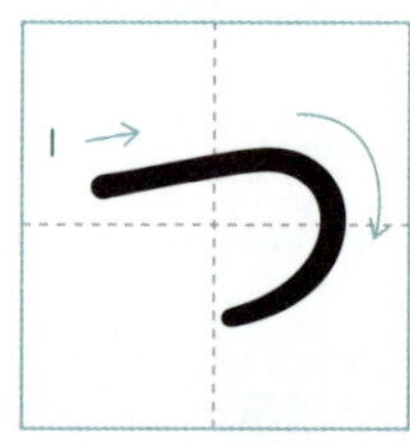

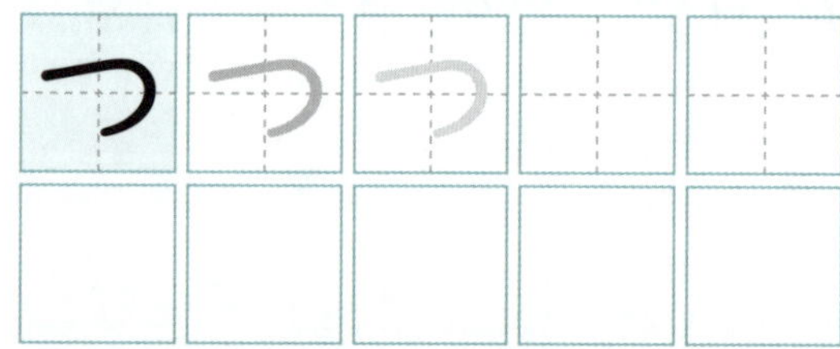

つ　つ　つ

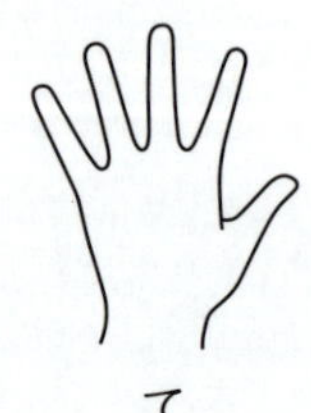
て

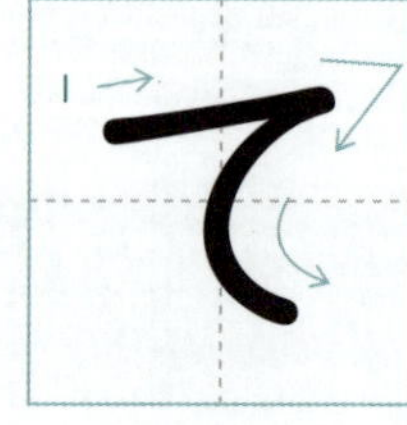

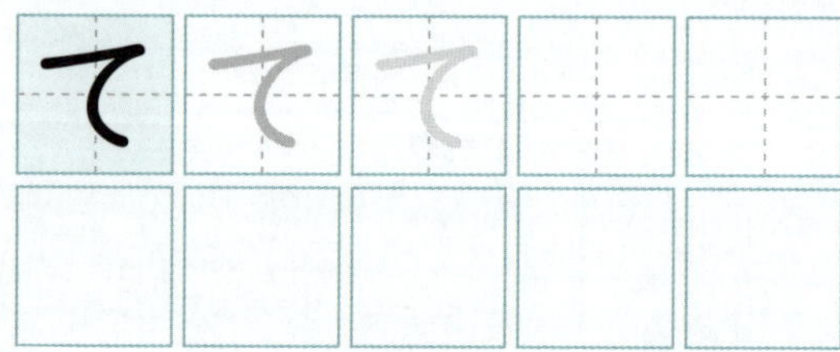

て　て　て

とけい

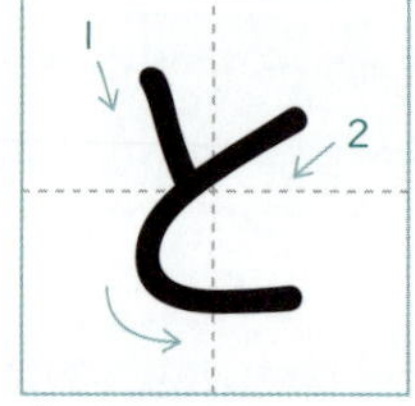

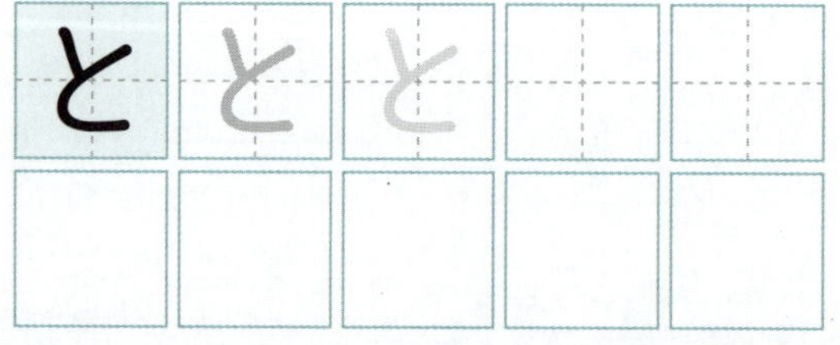

と　と　と

きた　north　北方　phía bắc ｜ ちかてつ　subway　地铁　tàu điện ngầm
つくえ　desk　书桌　bàn học, bàn làm việc cá nhân ｜ て　hands　手　tay ｜ とけい　clock　时钟　đồng hồ

TRACK 1-29

1.

TRACK 1-30

2.

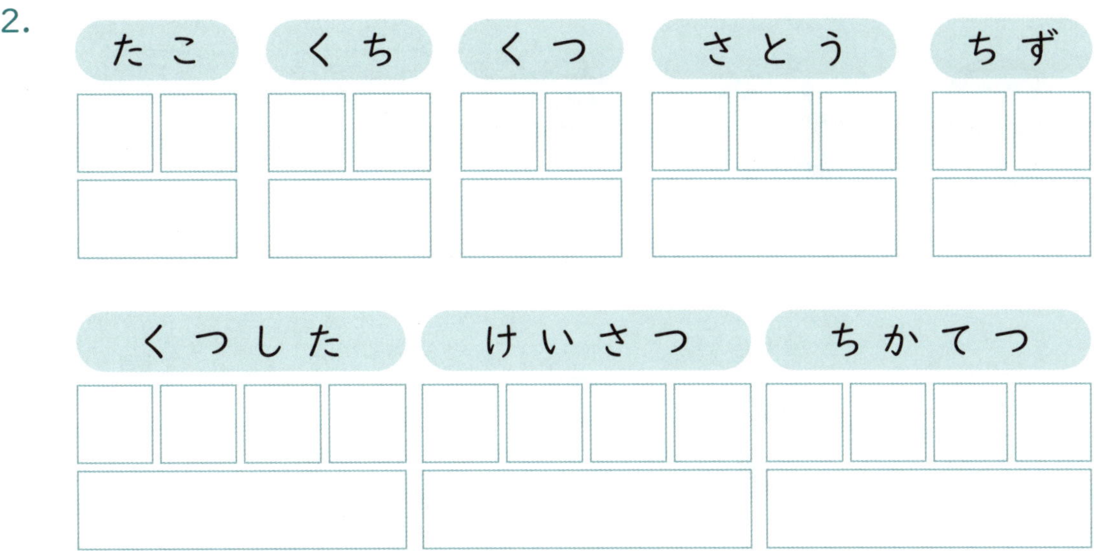

TRACK 1-31

3.
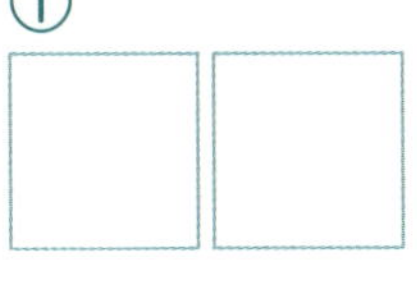 ①　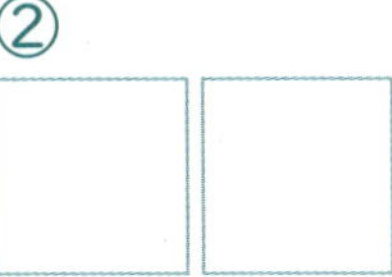 ②　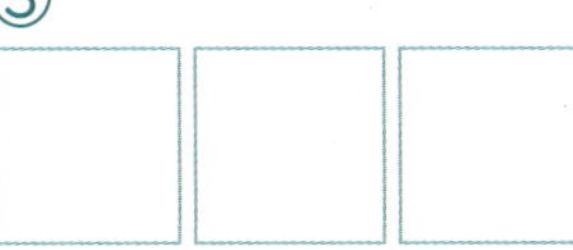 ③

 ④　 ⑤　 ⑥

たこ　octopus　章鱼　con bạch tuộc ｜ くち　mouth　口　miệng ｜ くつ　shoes　鞋　giày
さとう　sugar　砂糖　đường ｜ くつした　socks　袜子　tất ｜ けいさつ　police　警察　cảnh sát

2章(しょう) 4 だぢづでど

TRACK 1-32

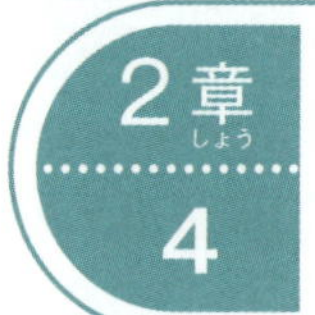

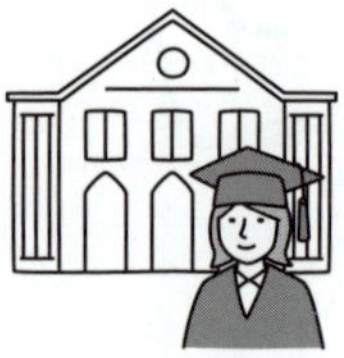

だいがく

だ

だ だ だ

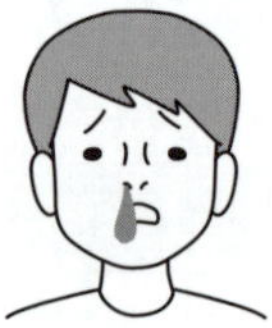

はなぢ

ぢ

ぢ ぢ ぢ

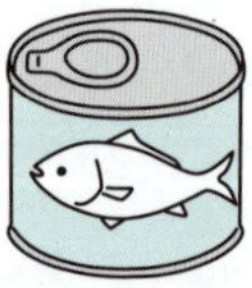

かんづめ

づ

づ づ づ

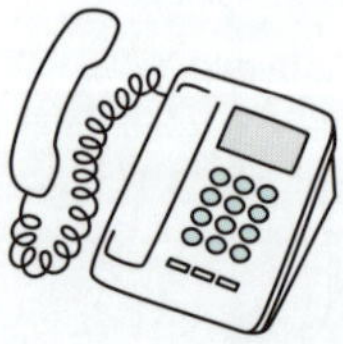

でんわ

で

で で で

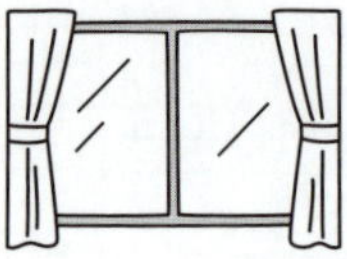

まど

ど

ど ど ど

だいがく university, college 大学 đại học | はなぢ nosebleed 鼻血 sự chảy máu cam | かんづめ canned food 罐头 đồ hộp | でんわ telephone 电话 điện thoại, việc gọi điện thoại | まど window 窗户 cửa sổ

TRACK 1-33

1.

☞　で　だ　ぢ　ど　づ

TRACK 1-34

2.

うで　　でぐち　　どこ　　だいがく

おでこ　　だいず　　かど

TRACK 1-35

3.

① ② ③

④ ⑤

⑥

うで　arm　胳膊　cánh tay ｜ でぐち　exit　出口　cửa ra vào ｜ どこ　where　哪里　ở đâu?
おでこ　forehead　额头　trán ｜ だいず　soybean　大豆　đậu tương ｜ かど　corner　角　góc

ちいさい「っ」

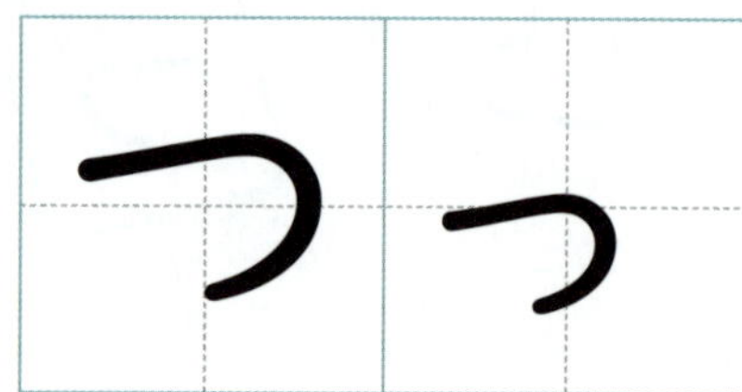

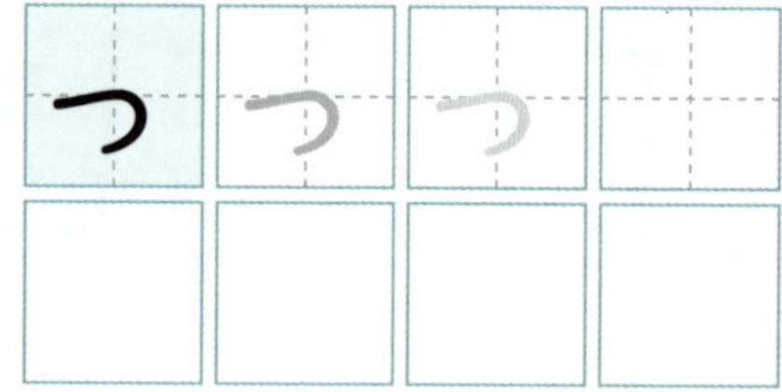

TRACK 1-36

1.
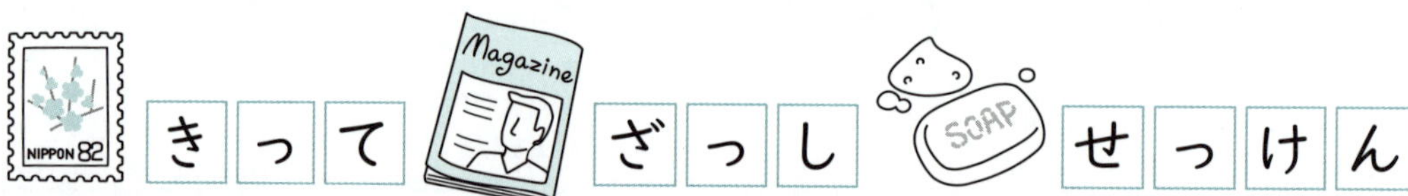

TRACK 1-37

2.
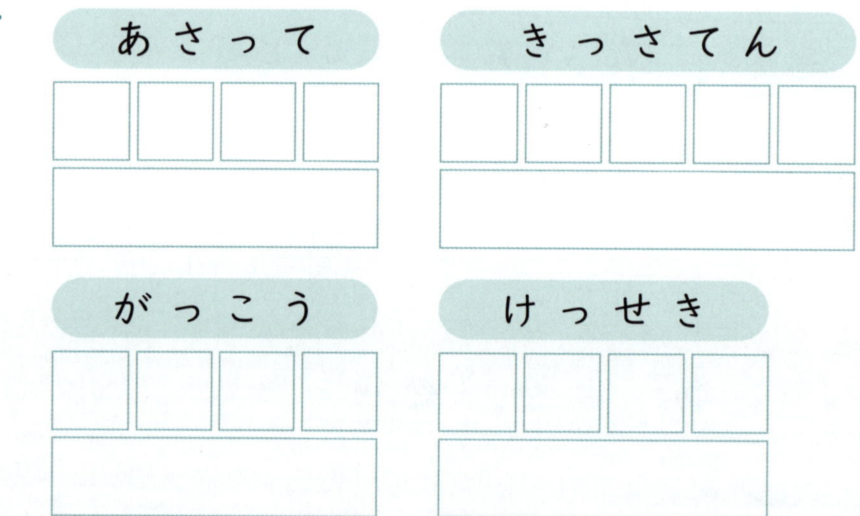

TRACK 1-38

3.
① ② ③
④ ⑤ ん ⑥ ん

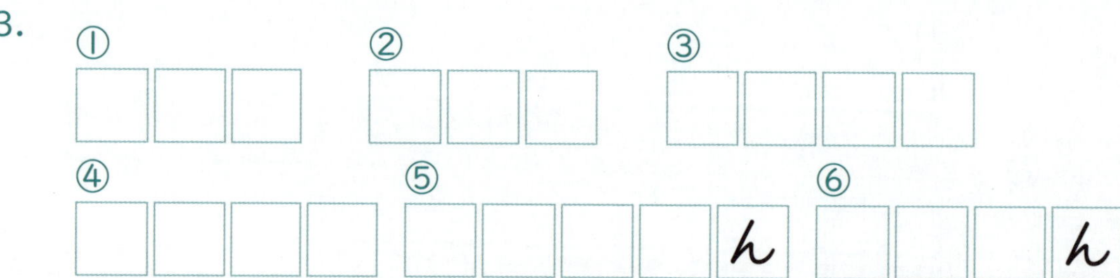

2章 Q クイズ

TRACK 1-39

1.

① □

② □

③ □

④ □

⑤ □

⑥ □

2.

①

②

③

④

⑤

① □□

② □□□

③ □□□

④ □□□□

⑤ □□□

TRACK 1-40

3.

①

②

③

④

⑤

⑥

⑦

⑧

⑨

⑩

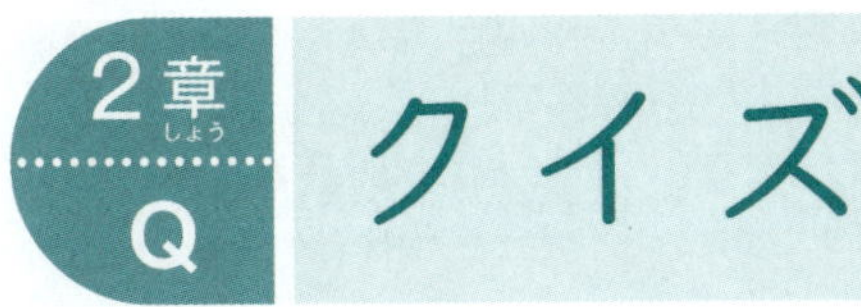

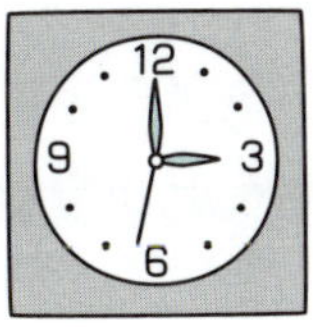

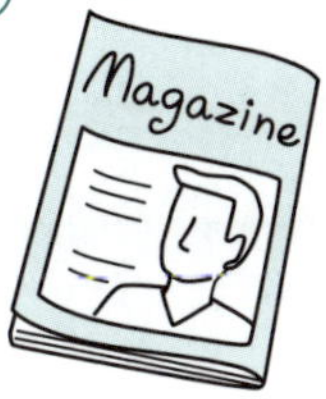

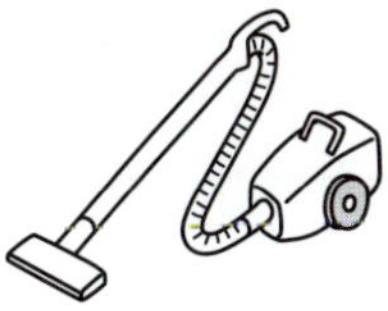

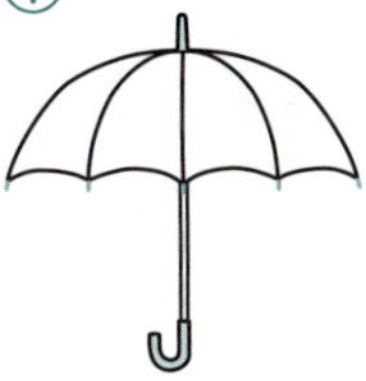

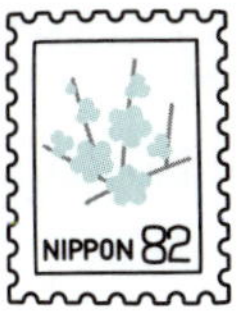

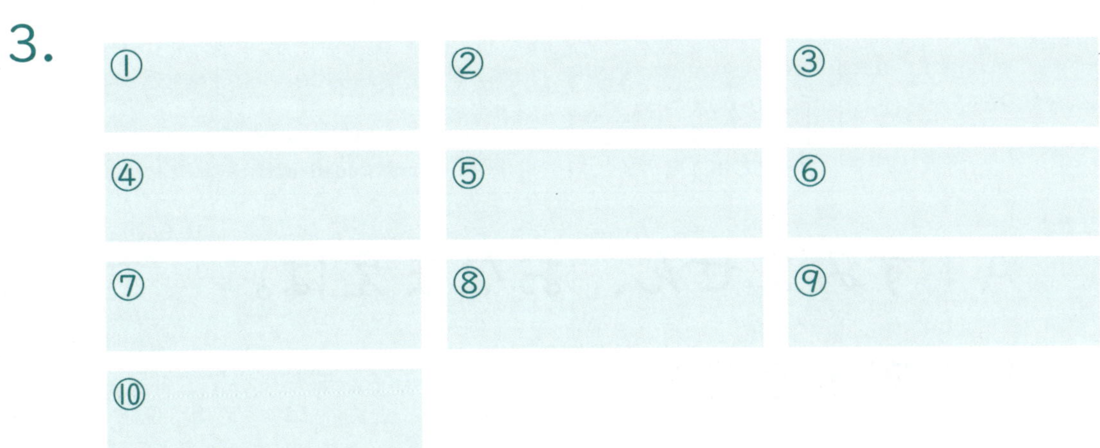

TRACK 1-41

1.

さ↓	せ	そ	う	お
し	す	た	ち	け
あ	い	こ	つ	て
か	え	き	く	と→

TRACK 1-42

2.

にほんじんの　なまえ

A：すみません、おなまえは。

B：すずきです。

TRACK 1-43

3. さきき　あおき　すずき
さとう　いとう　さいとう
あさだ　うちだ　うえだ　あいだ　いけだ
あだち　いぐち　いしい　せきぐち　どい

TRACK 1-44

4. れい）　うちだ　・　うえだ

① いとう・かとう　② すずき・ささき
③ さとう・さいとう　④ すだ・つだ
⑤ えだ・うえだ　⑥ しおた・しおだ

TRACK 1-45

5. 

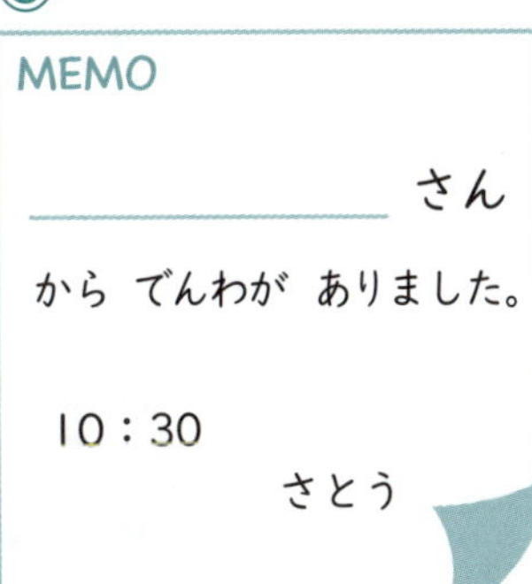

①
MEMO

____________ さん

から でんわが ありました。

10：30
さとう

②
MEMO

____________ さん

から でんわが ありました。

10：30
さとう

③
MEMO

____________ さん

から でんわが ありました。

10：30
さとう

なにぬねの

TRACK 1-46

さかな

な　な　な

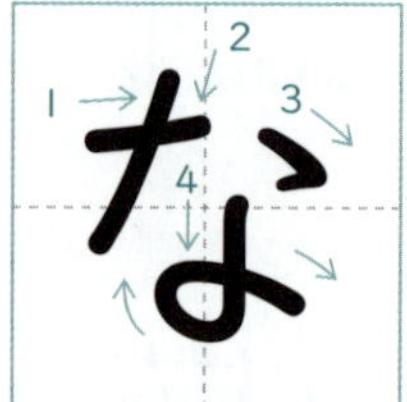
にじ

に　に　に

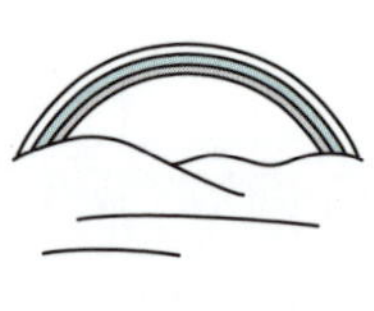
いぬ

ぬ　ぬ　ぬ

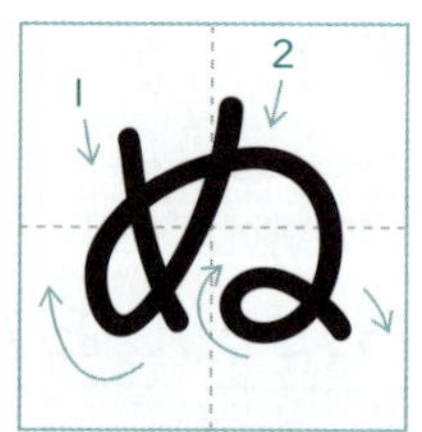
ねこ

ね　ね　ね

きのこ

の　の　の

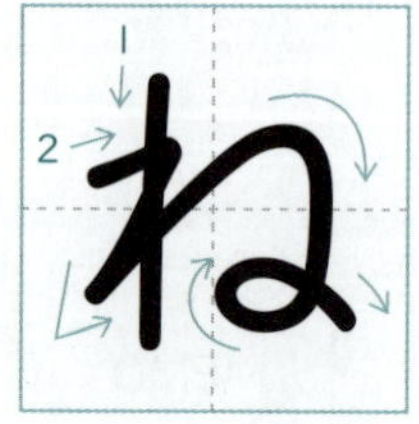
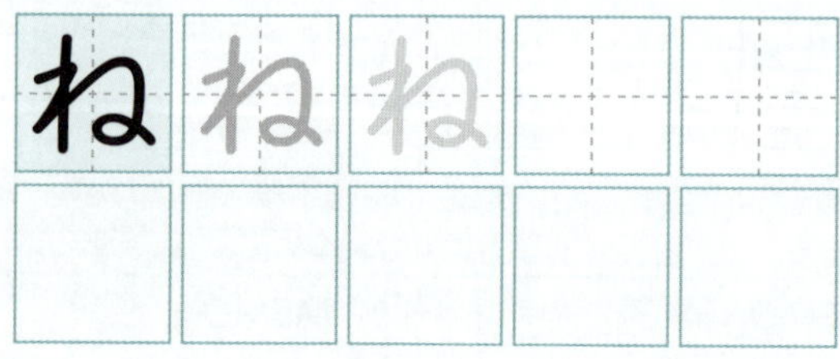
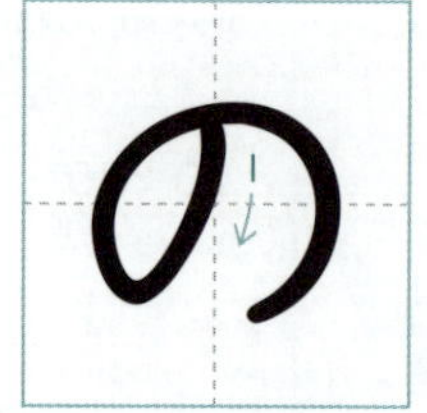

さかな　fish　鱼　cá｜にじ　rainbow　彩虹　cầu vồng｜いぬ　dog　狗　con chó｜ねこ　cat　猫　con mèo
きのこ　mushroom　蘑菇　cây nấm

TRACK 1-47

1.

☞ ね ぬ な に の

TRACK 1-48

2.

おとな　あに　いぬ　おかね

ねつ　のど　おなか　なつ

TRACK 1-49

3.

① ② ③

④ ⑤ ⑥

おとな adult 成人 người lớn ｜ あに older brother 兄长 anh trai ｜ おかね money 金钱 tiền
ねつ fever 热 sốt ｜ のど throat 喉咙 họng ｜ おなか stomach 肚子 bụng ｜ なつ summer 夏天 mùa hè

はひふへほ

TRACK 1-50

はな

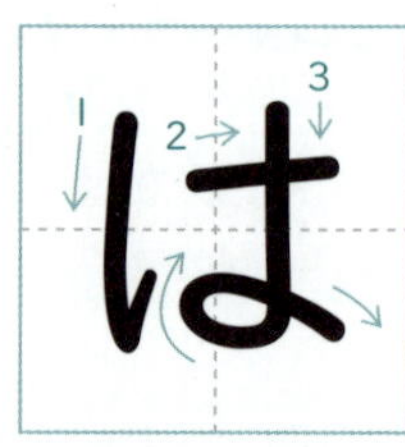

は　は　は

ひこうき

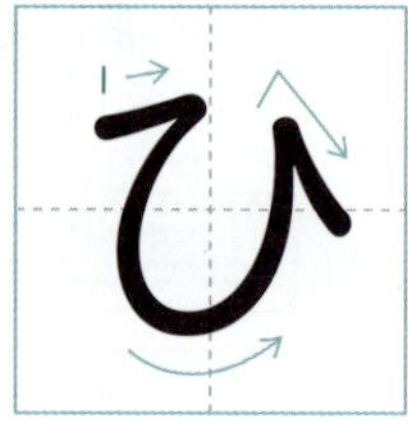

ひ　ひ　ひ

ふね

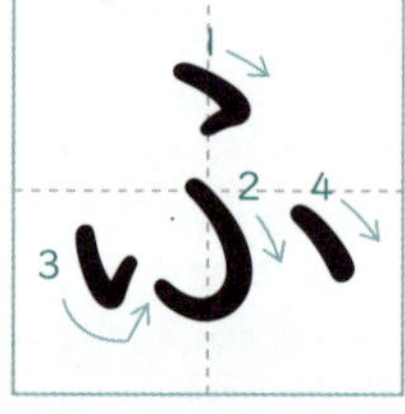

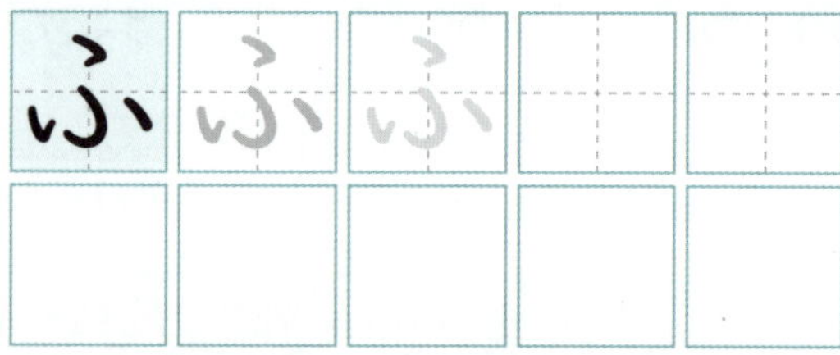
ふ　ふ　ふ

へや

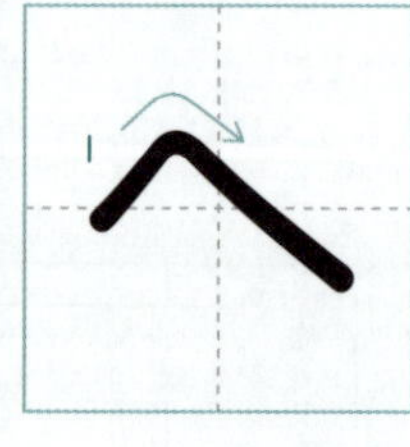

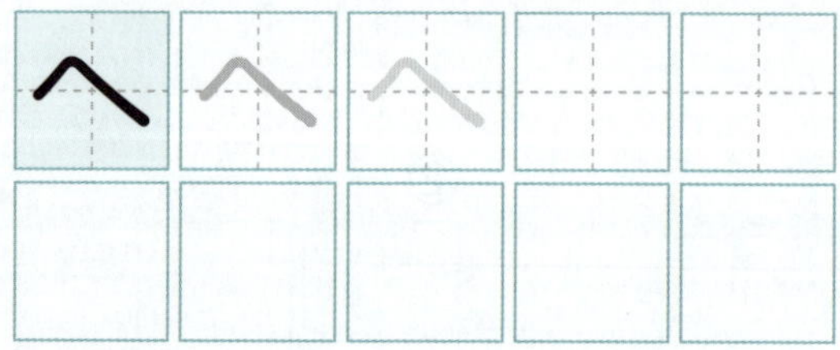
へ　へ　へ

ほし

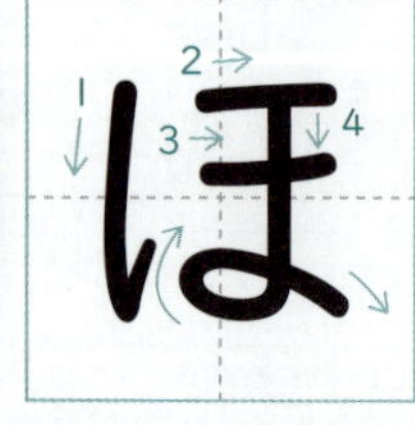

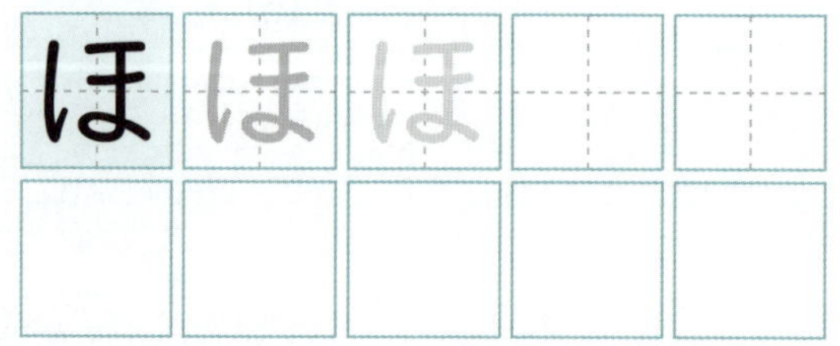
ほ　ほ　ほ

はな　flower　花　hoa ｜ ひこうき　airplane　飞机　máy bay ｜ ふね　ship　船　thuyền, tàu thủy
へや　room　房间　phòng ｜ ほし　star　星　ngôi sao

TRACK 1-51

1.

☞ ひ ふ は ほ へ

TRACK 1-52

2.

| はし | ひげ | さいふ | おうふく |

| ふく | ひがし | へいじつ | ほね |

TRACK 1-53

3. ① ② ③

④ ⑤ ⑥

ばびぶべぼ

TRACK 1-54

かばん

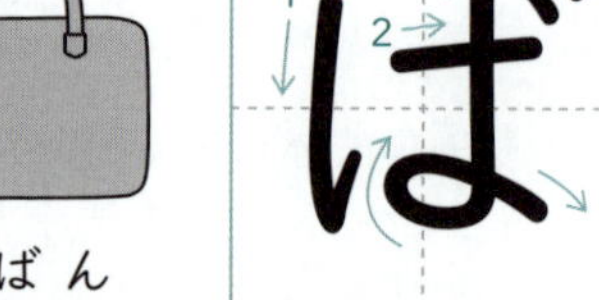
ば　ば　ば

ゆびわ

び　び　び

ぶた

ぶ　ぶ　ぶ

なべ

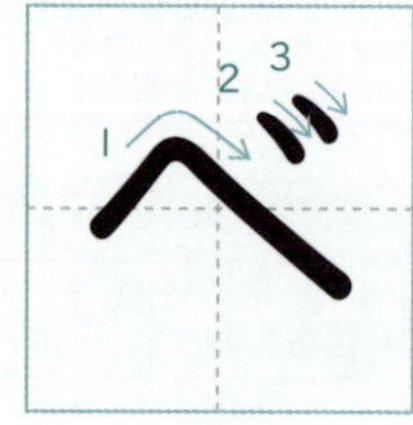
べ　べ　べ

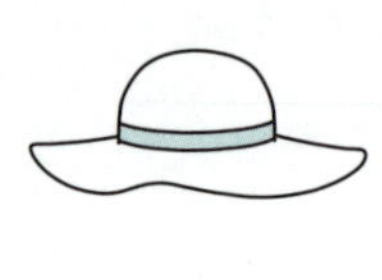
ぼうし

ぼ　ぼ　ぼ

かばん　bag　包　cặp, túi xách ｜ ゆびわ　ring　戒指　nhẫn ｜ ぶた　pig　猪　con lợn, con heo
なべ　pan, pot　锅　cái nồi ｜ ぼうし　hat　帽子　cái mũ

TRACK 1-55

1.

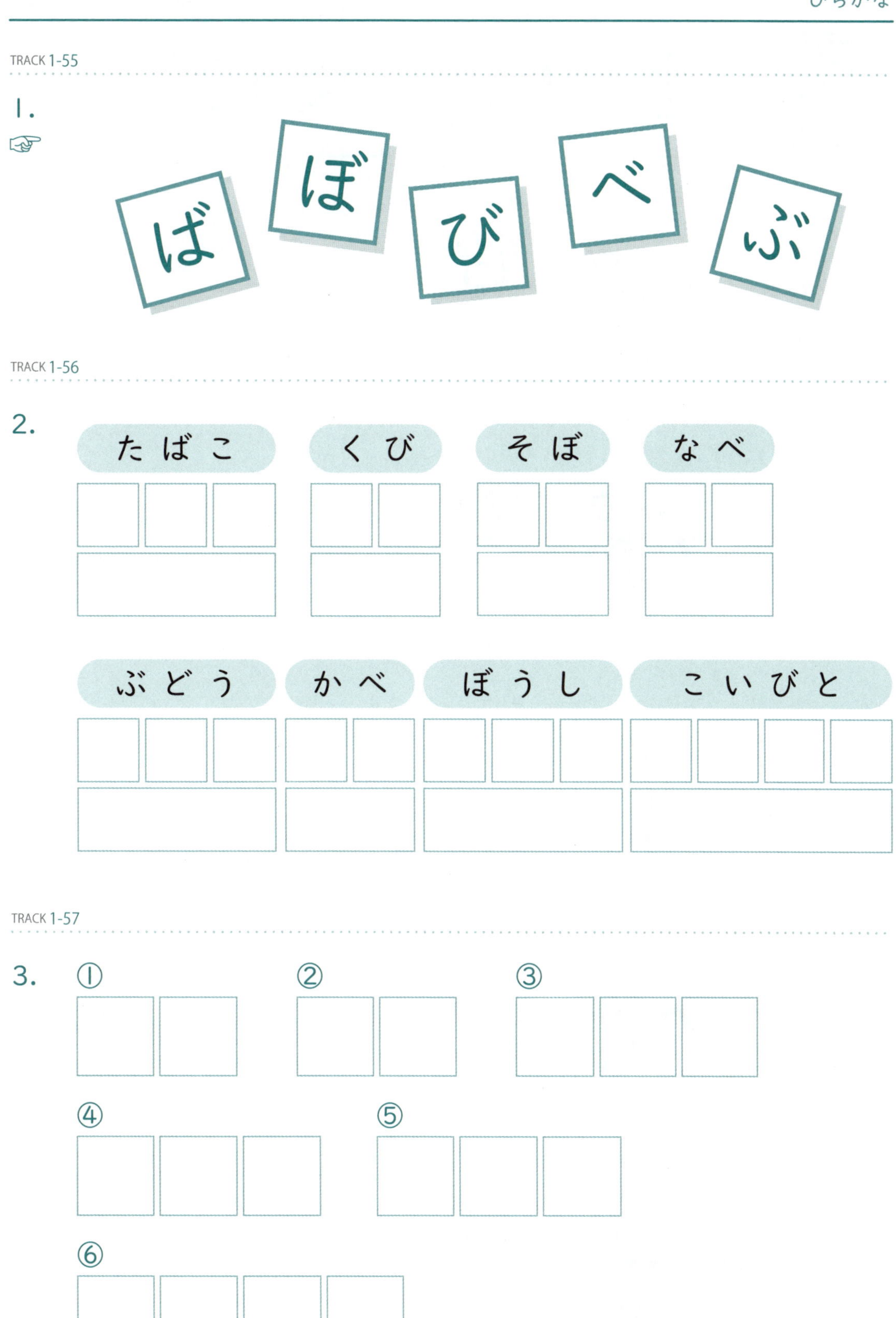

TRACK 1-56

2.

| たばこ | くび | そぼ | なべ |

| ぶどう | かべ | ぼうし | こいびと |

TRACK 1-57

3.
① ② ③
④ ⑤
⑥

ぱ ぴ ぷ ぺ ぽ

TRACK 1-58

はっぱ

ぱ ぱ ぱ ぱ

はっぴ

ぴ ぴ ぴ ぴ

きっぷ

ぷ ぷ ぷ ぷ

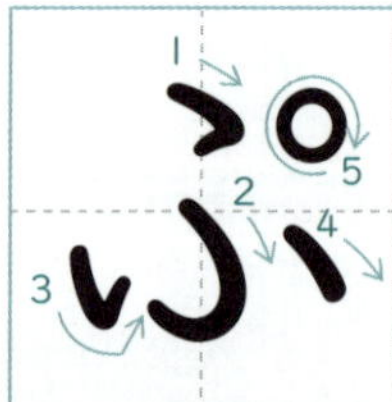

てっぺん

ぺ ぺ ぺ ぺ

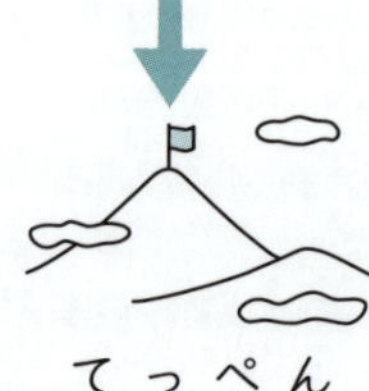
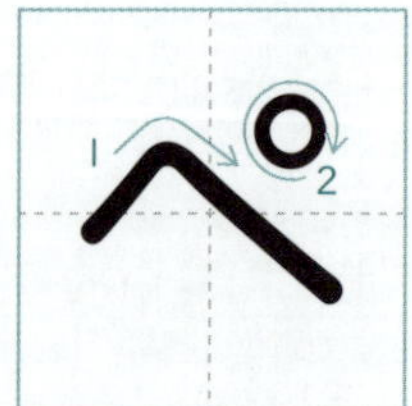
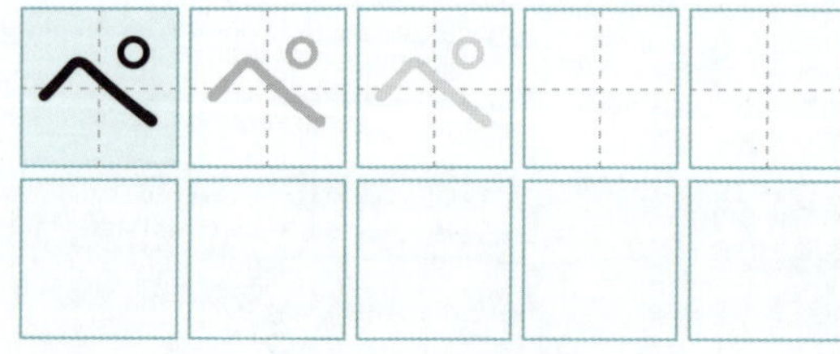

しっぽ

ぽ ぽ ぽ ぽ

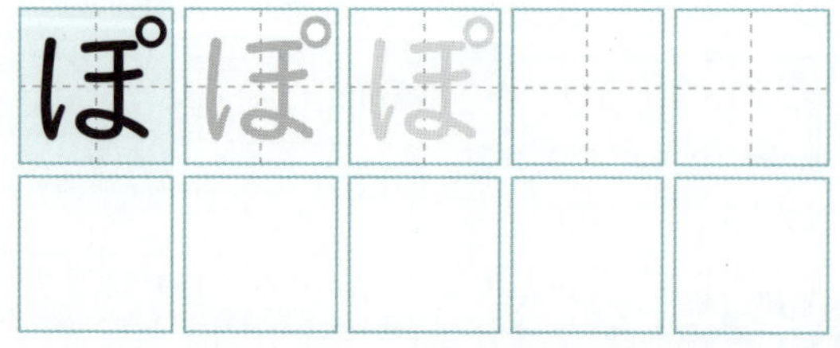

はっぱ　leaf　叶子　lá cây ｜ はっぴ　happi coat　号衣　áo happi (loại áo khoác ngoài thường được mặc trong các dịp lễ hội) ｜ きっぷ　ticket　车票　vé ｜ てっぺん　top　顶端　đỉnh, ngọn ｜ しっぽ　tail　尾巴　cái đuôi

クイズ

3章
しょう
Q

1. ① ② ③ ④ ⑤ ⑥

2. ① ② ③ ④ ⑤

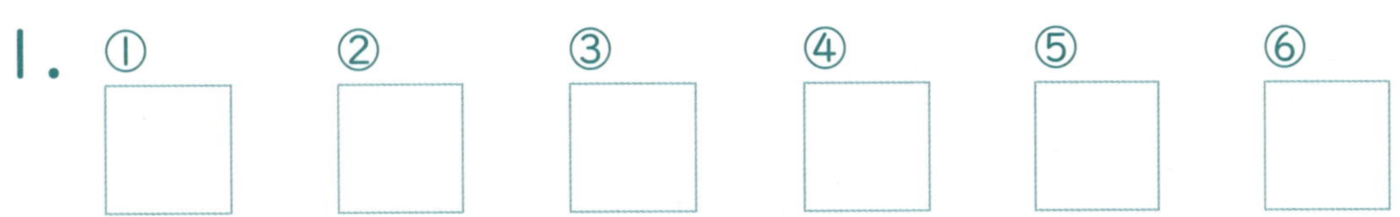

① ② ③

④ ⑤

3. ① ② ③

④ ⑤ ⑥

⑦ ⑧ ⑨

⑩

◆ どこが　いたいですか。

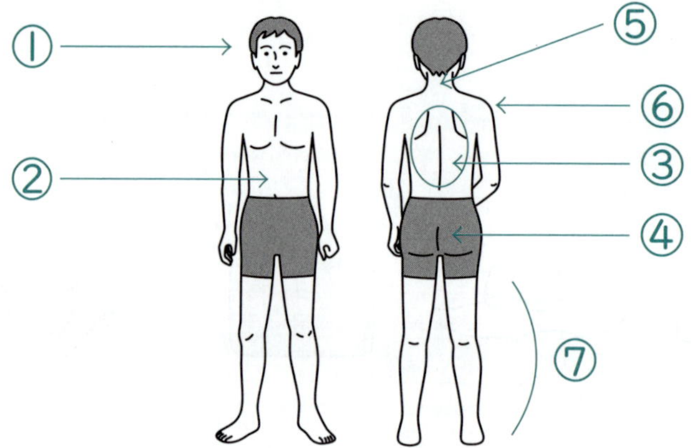

①あたま	②おなか	③せなか	④おしり
⑤くび	⑥かた	⑦あし	

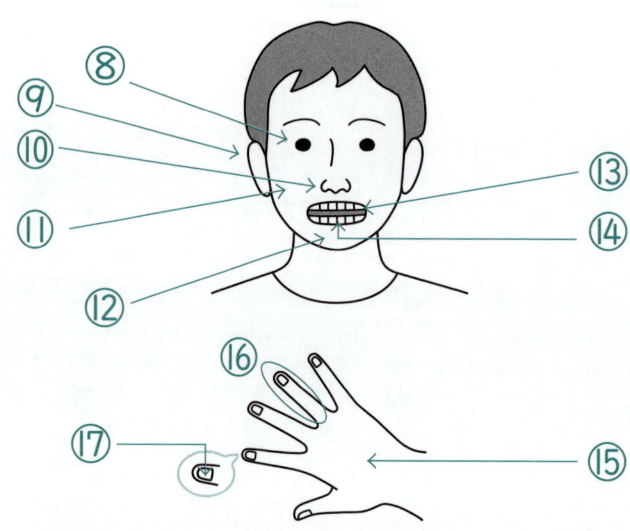

⑧め	⑨みみ	⑩はな	⑪ほほ	⑫あご	⑬くち
⑭は	⑮て	⑯ゆび	⑰つめ		

◆ どうしたんですか。

① は

② て

③ あし

④ あたま

⑤ のど

⑥ かた

からだ　body　身体　cơ thể ｜ あたま　head　头　đầu ｜ おなか　stomach　肚子　bụng ｜ せなか　back　背部　lưng
おしり　buttocks　屁股　mông ｜ くび　neck　脖子　cổ ｜ かた　shoulder　肩　vai ｜ あし　leg, foot　脚　chân
め　eye　眼睛　mắt ｜ みみ　ear　耳朵　tai ｜ はな　nose　鼻子　mũi ｜ ほほ　cheek　脸颊　má
あご　jaw　下巴人　cằm ｜ くち　mouth　开始　miệng ｜ は　teeth　牙　răng ｜ て　hand　手　tay
ゆび　finger　手指　ngón tay ｜ つめ　nail　指甲　móng, vuốt ｜ のど　throat　喉咙　họng

まみむめも

TRACK 2-01

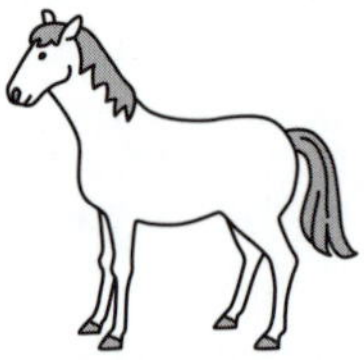

うま

みみ

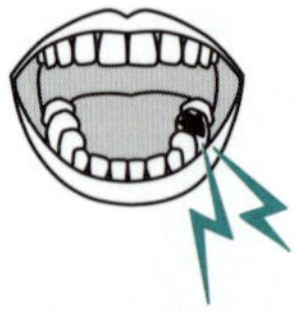

むしば

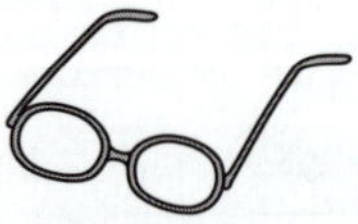

めがね

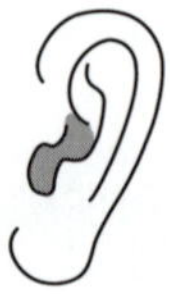

くも

うま　horse　马　con ngựa｜みみ　ear　耳朵　tai｜むしば　decayed tooth　蛀牙　răng sâu
めがね　glasses　眼镜　kính mắt｜くも　cloud　云　mây

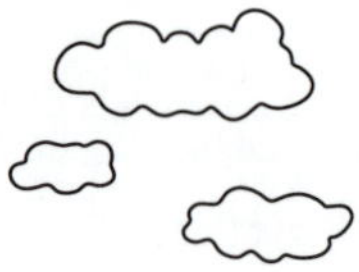

52

TRACK 2-02

1.

☞ み む ま も め

TRACK 2-03

2. まど　みず　こども　むすめ

ともだち　なまえ　はさみ　むし

TRACK 2-04

3. ① ② ③ ④ ⑤

まど　window　窗户　cửa sổ ｜ みず　water　水　nước ｜ こども　child　孩子　trẻ con, con cái

むすめ　daughter　女儿　con gái ｜ ともだち　friend　朋友　bạn bè ｜ なまえ　name　名字　tên

はさみ　scissors　剪刀　cái kéo ｜ むし　insect　虫　sâu bọ, côn trùng

TRACK 2-05

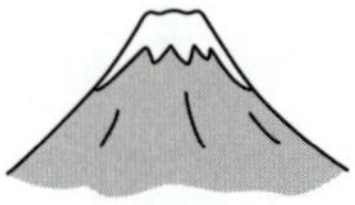

やま

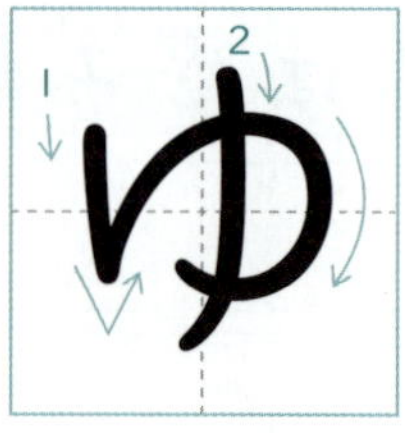

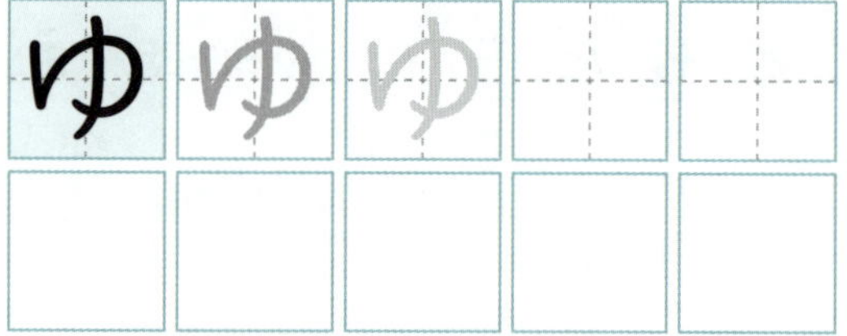

ゆき

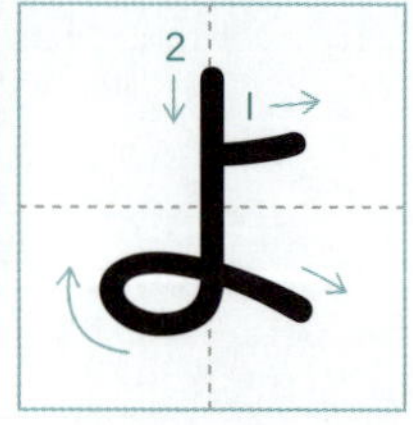

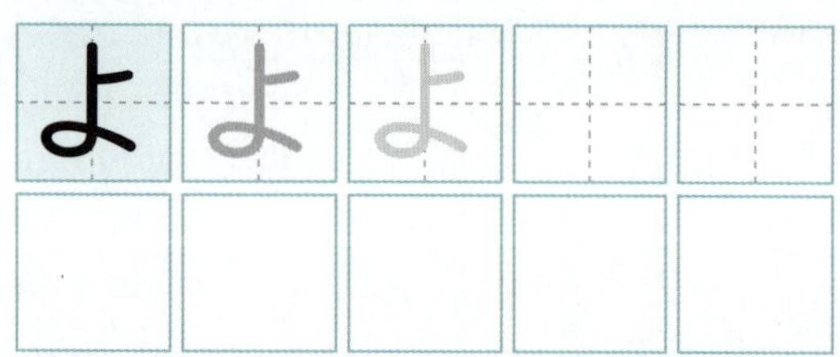

よる

やま　mountain　山　núi ｜ ゆき　snow　雪　tuyết ｜ よる　night　晚上　buổi tối

TRACK 2-06

1.

☞

ゆ　よ　や

TRACK 2-07

2.

ふゆ　　やさい　　やすみ　　おや

ゆめ　　よやく　　おみやげ

にちようび

TRACK 2-08

3. ① ② ③

④ ⑤ ⑥

ふゆ　winter　冬天　mùa đông ｜ やさい　vegetable　蔬菜　rau ｜ やすみ　holiday　休息　ngày nghỉ ｜
おや　parent　父母　bố mẹ ｜ ゆめ　dream　梦, 梦想　giấc mơ, ước mơ ｜ よやく　reservation　预约　đặt trước, hẹn trước
おみやげ　souvenir, gift　礼品　quà lưu niệm ｜ にちようび　Sunday　周日　chủ nhật

らりるれろ

TRACK 2-09

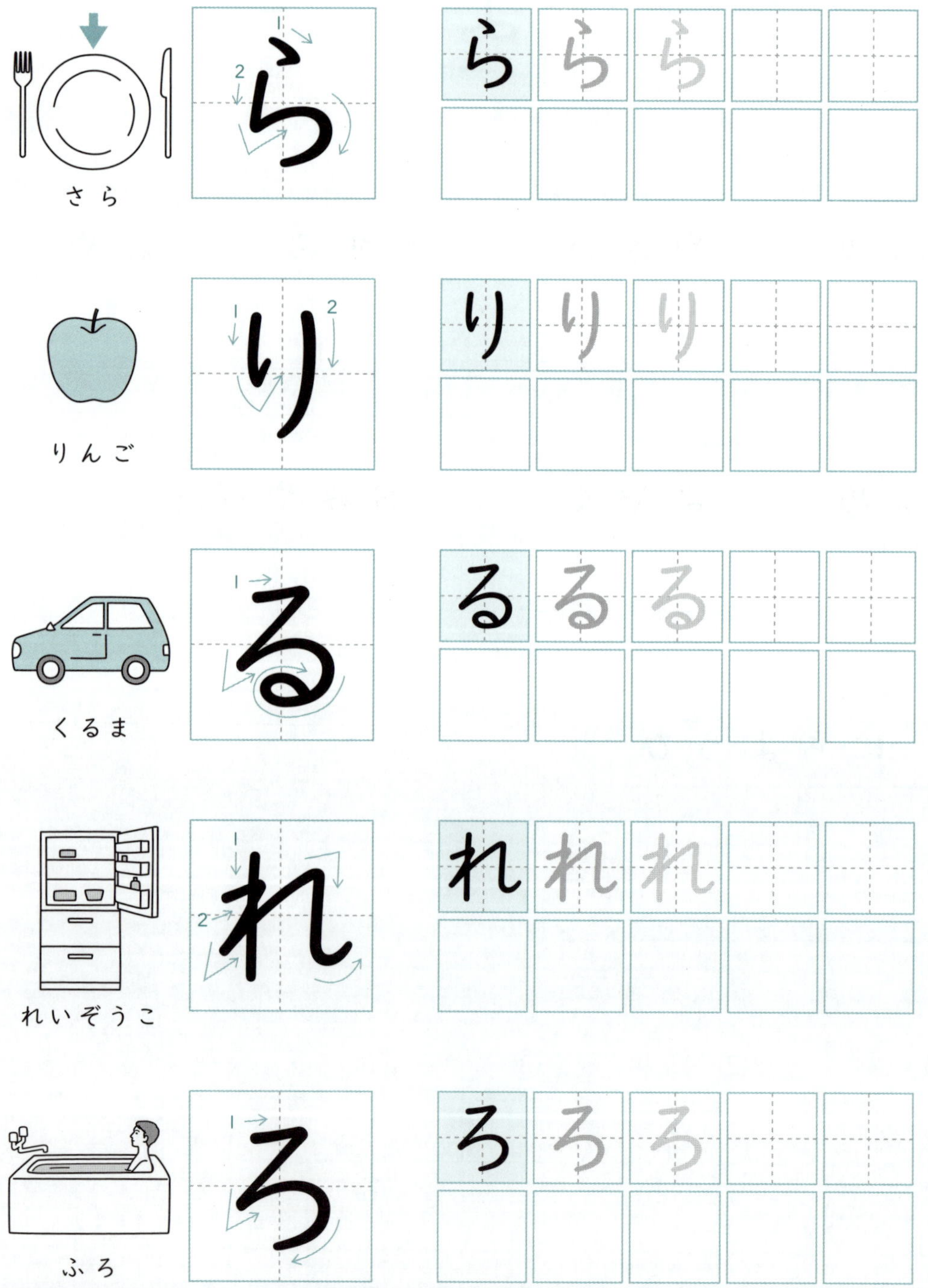

さら

りんご

くるま

れいぞうこ

ふろ

さら　dish　盘子　đĩa ｜ りんご　apple　苹果　quả táo ｜ くるま　car　车　xe ô tô
れいぞうこ　refrigerator　冰箱　tủ lạnh ｜ ふろ　bath　浴室　bồn tắm

TRACK 2-10

1.

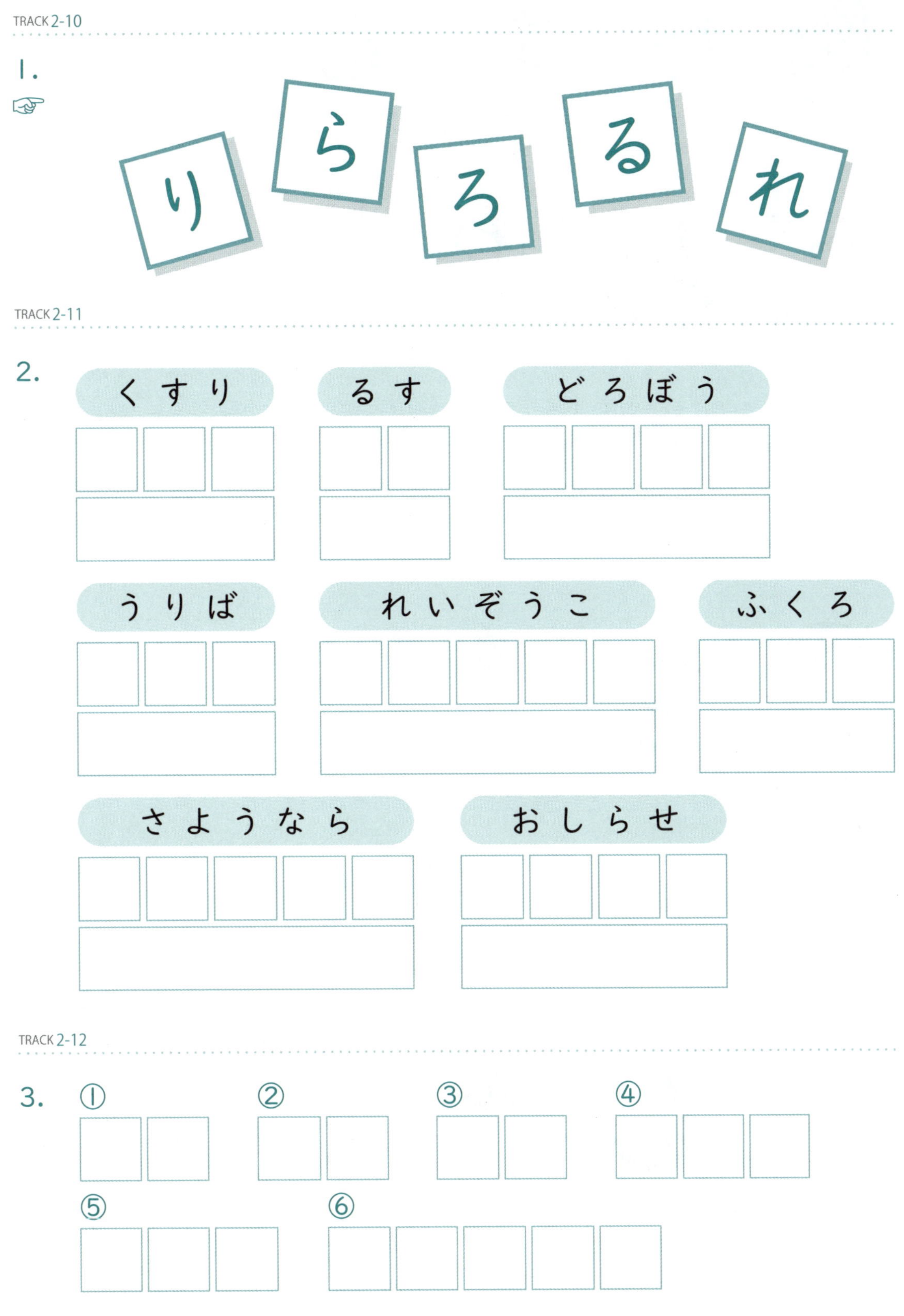

TRACK 2-11

2.

くすり

るす

どろぼう

うりば

れいぞうこ

ふくろ

さようなら

おしらせ

TRACK 2-12

3. ① ② ③ ④

⑤ ⑥

くすり　medicine　药　thuốc ｜ るす　absence　外出　vắng nhà ｜ どろぼう　thief　小偷　kẻ trộm, kẻ cắp
うりば　sales floor　卖场　quầy bán hàng ｜ ふくろ　bag　袋子　túi ｜ さようなら　good bye　再见　tạm biệt
おしらせ　announcement　通知　sự thông báo

4章 4 わ を ん

TRACK 2-13

かわ

わ わ わ わ

りんごを たべる

を を を を

しんぶん

ん ん ん ん

かわ river 河 con sông | りんごを たべる eat an apple 吃苹果 ăn táo
しんぶん newspaper 报纸 tờ báo, báo chí

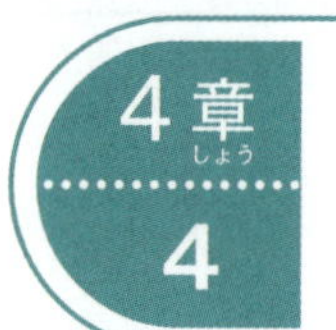

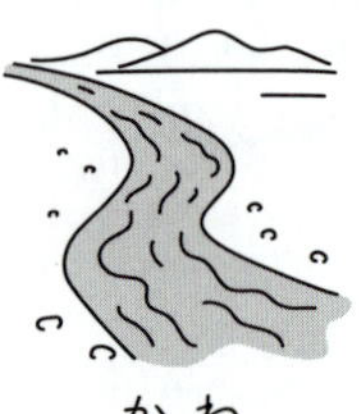

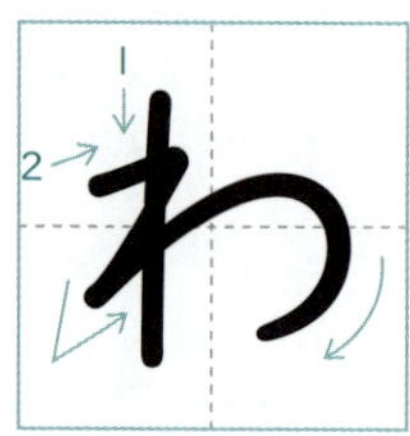

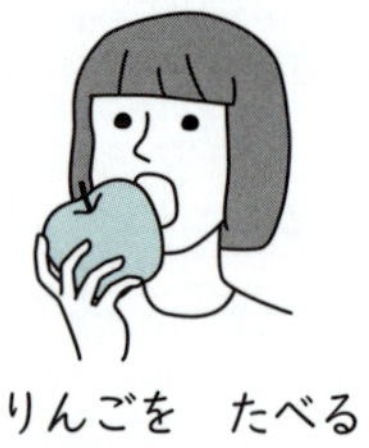

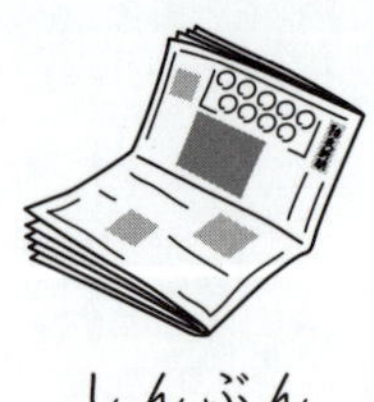

TRACK 2-14

1.

☞ わ　を　ん

TRACK 2-15

2.

わたし　　かばん　　しんごう

じしん　　せんせい　　わかもの

もんだい　　しつもん

TRACK 2-16

3.
① ② ③
④ ⑤
⑥ これ

わたし　I / me　我　tôi ｜ かばん　bag　包　cặp, túi xách ｜ しんごう　signal　信号　đèn giao thông, tín hiệu, dấu hiệu
じしん　earthquake　地震　động đất ｜ せんせい　teacher　老师　cô giáo, thầy giáo ｜ わかもの　young people　年轻
人　người trẻ tuổi ｜ もんだい　problem　问题　vấn đề ｜ しつもん　question　提问　câu hỏi

クイズ

1. ① ② ③ ④ ⑤

2. ① ② ③ ④ ⑤

① ② ③

④ ⑤

3. ① ② ③

④ ⑤ ⑥

⑦ ⑧ ⑨

⑩

ことばの　ひろば　〔かぞく〕

TRACK 2-19

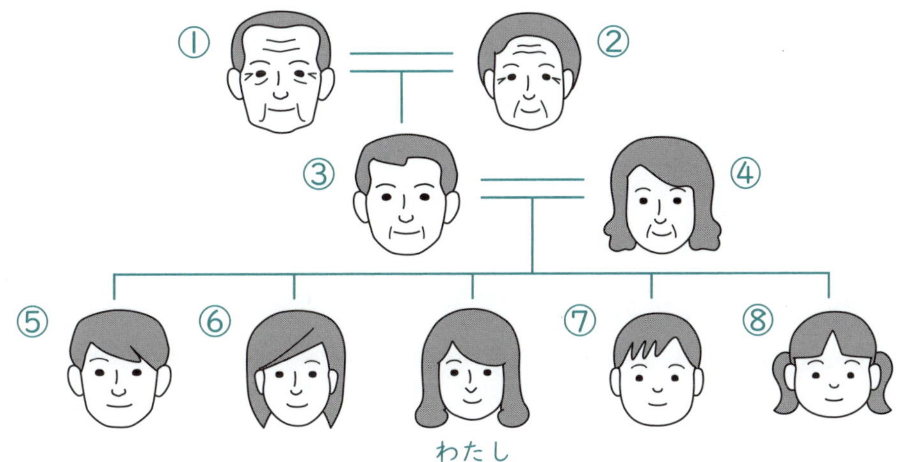

①おじいさん（そふ）　②おばあさん（そぼ）　③おとうさん（ちち）
④おかあさん（はは）　⑤おにいさん（あに）　⑥おねえさん（あね）
⑦おとうと　⑧いもうと

すずきさんの　ごかぞく　　　　　　わたしの　かぞく

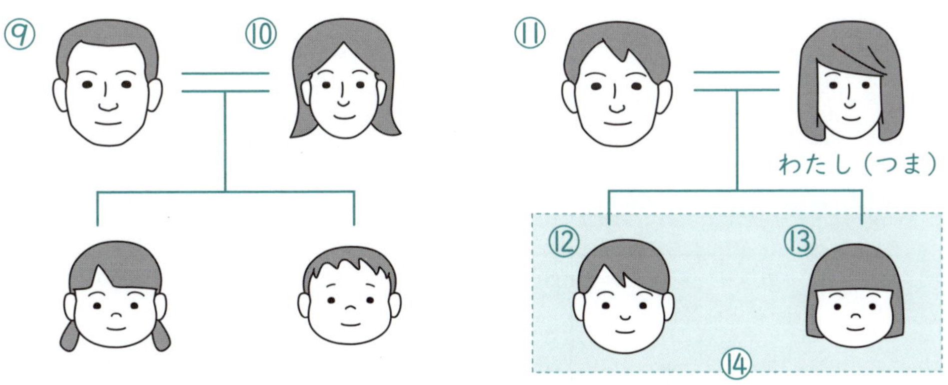

⑨ごしゅじん　⑩おくさん　⑪しゅじん・おっと　⑫むすこ
⑬むすめ　⑭こども

おじいさん（そふ）grandfather　老爷爷（祖父）ông | おばあさん（そぼ）grandmother　老奶奶（祖母）bà
おとうさん（ちち）father　父亲　bố người khác (bố mình) | おかあさん（はは）mother　母亲　mẹ người khác (mẹ mình) | おにいさん（あに）older brother　哥哥　anh trai người khác (anh trai mình) | おねえさん（あね）older sister 姐姐　chị gái người khác (chị gái mình) | わたし　me　我　tôi (đại từ nhân xưng ngôi thứ nhất) | おとうと　younger brother 弟弟　em trai mình | いもうと　younger sister　妹妹　em gái mình | ごしゅじん　husband　先生　chồng người khác | おくさん　wife　夫人　vợ người khác | しゅじん・おっと　husband　主人・丈夫　chồng mình | つま wife　妻子　vợ tôi | むすこ　son　儿子　con trai mình | むすめ　daughter　女儿　con gái mình | こども　child　孩子　con cái, trẻ con

ひらがな　テスト

1. かきましょう。

a	i	u	e	o
ka	ki	ku	ke	ko
sa	shi	su	se	so
ta	chi	tsu	te	to
na	ni	nu	ne	no
ha	hi	fu	he	ho
ma	mi	mu	me	mo
ya		yu		yo
ra	ri	ru	re	ro
wa				(o)
				n

ga	gi	gu	ge	go
za	ji	zu	ze	zo
da	(ji)	(zu)	de	do
ba	bi	bu	be	bo
pa	pi	pu	pe	po

2. これは　なんですか。

① 　② 　③ 　④ 

⑤ 　⑥ 　⑦ 　⑧ 

⑨ 　⑩ 

TRACK 2-20

3. きいて、かきましょう。

①　　②　　③　　④

⑤　　⑥　　⑦　　⑧

⑨　　⑩

TRACK 2-21

4. きいて、かきましょう。

①　　②

③　　④

⑤

5章(しょう) 1 きゃ きゅ きょ ぎゃ ぎゅ ぎょ

TRACK 2-22

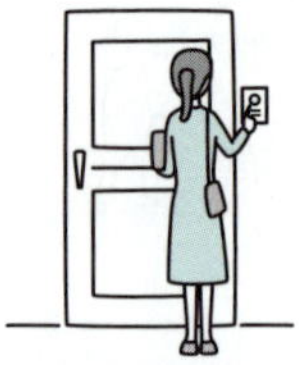

きゃく

きゃ　きゃ　きゃ

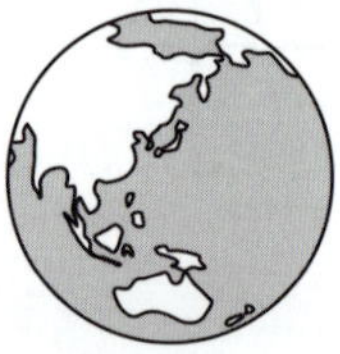

ちきゅう

きゅ　きゅ　きゅ

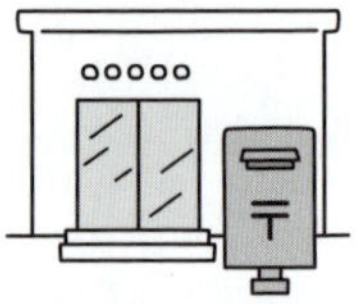

ゆうびんきょく

きょ　きょ　きょ

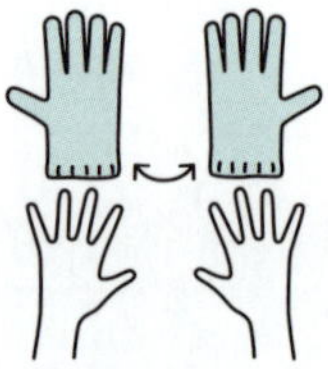

ぎゃく

ぎゃ　ぎゃ　ぎゃ

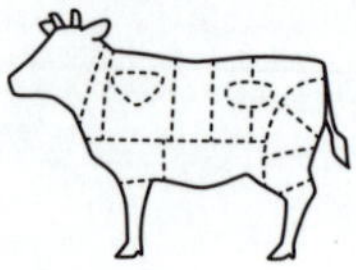

ぎゅうにく

ぎゅ　ぎゅ　ぎゅ

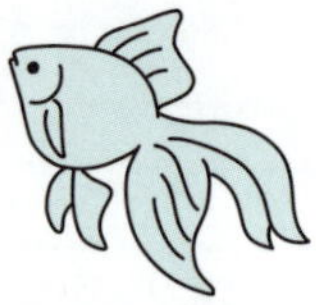

きんぎょ

ぎょ　ぎょ　ぎょ

きゃく　guest　客人　khách ｜ ちきゅう　earth　地球　trái đất ｜ ゆうびんきょく　post office　邮局　bưu điện
ぎゃく　reverse　相反　ngược, trái ngược ｜ ぎゅうにく　beef　牛肉　thịt bò ｜ きんぎょ　goldfish　金鱼　cá vàng

TRACK 2-23

1.

☞

ぎょ　ぎゃ　きゃ　きょ　ぎゅ　きゅ

TRACK 2-24

2.

ちきゅう　　きょねん　　やっきょく

ゆうびんきょく　　なんきょく

かんきゃく　　ぎゅうにく　　にんぎょ

TRACK 2-25

3.

① ② ③ ④ ⑤ ⑥

5章(しょう) 2 しゃ しゅ しょ じゃ じゅ じょ

TRACK 2-26

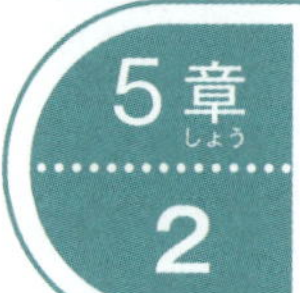

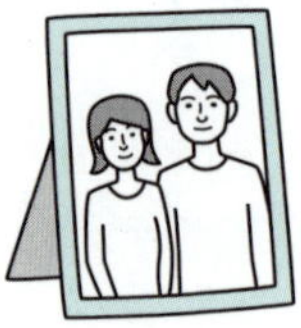

しゃしん

しゃ　しゃ　しゃ

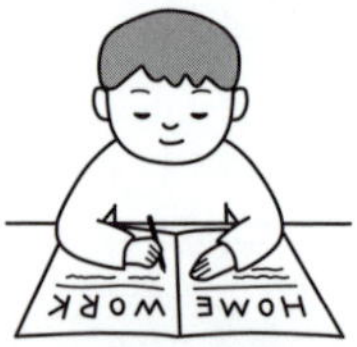

しゅくだい

しゅ　しゅ　しゅ

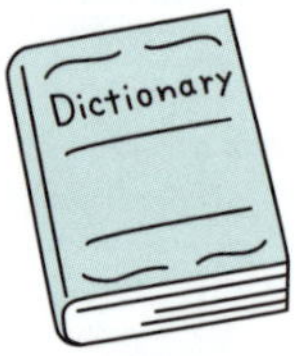

じしょ

しょ　しょ　しょ

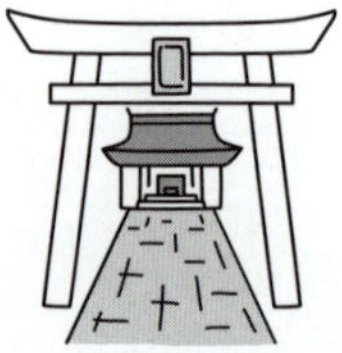

じんじゃ

じゃ　じゃ　じゃ

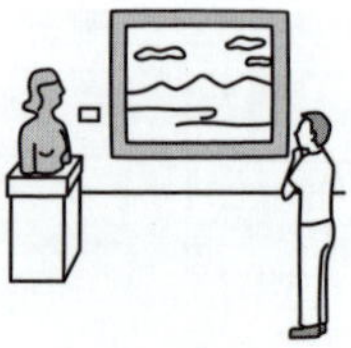

びじゅつかん

じゅ　じゅ　じゅ

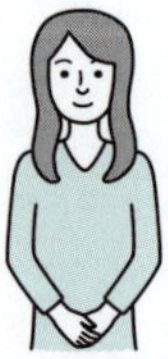

じょせい

じょ　じょ　じょ

しゃしん　photo　照片　bức ảnh ｜ しゅくだい　homework　作业　bài tập về nhà ｜ じしょ　dictionary　辞典　từ điển
じんじゃ　shrine　神社　đền thờ ｜ びじゅつかん　museum　美术馆　bảo tàng mỹ thuật
じょせい　woman　女人　nữ giới, phụ nữ

TRACK 2-27

1.

☞
じゅ　しゃ　しゅ　じょ　しょ　じゃ

TRACK 2-28

2.

いしゃ

しゅみ

しょくじ

じんじゃ

じゅぎょう

かのじょ

かいしゃ

でんしゃ

TRACK 2-29

3.

① ② ③ ④ ⑤ ⑥

いしゃ　doctor　医生　bác sỹ ｜ しゅみ　hobby　兴趣　sở thích ｜ しょくじ　meal　饭食　bữa ăn, việc ăn cơm
じゅぎょう　lesson　课程　giờ học ｜ かのじょ　she, girlfriend　她 / 女朋友　cô ấy, bạn gái
かいしゃ　company　公司　công ty ｜ でんしゃ　train　电车　tàu điện

5章（しょう） 3　ちゃ ちゅ ちょ ぢゃ ぢゅ ぢょ

TRACK 2-30

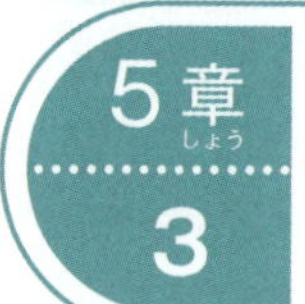

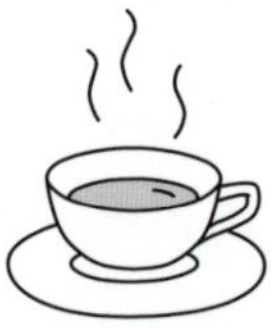

こうちゃ

ちゃ　ちゃ　ちゃ

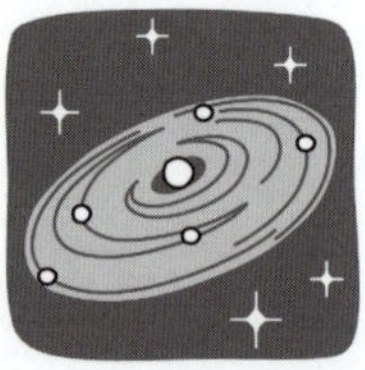

うちゅう

ちゅ　ちゅ　ちゅ

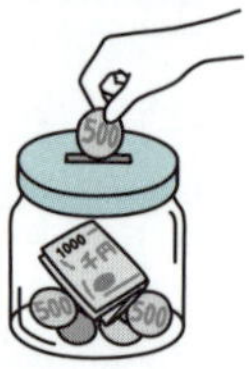

ちょきん

ちょ　ちょ　ちょ

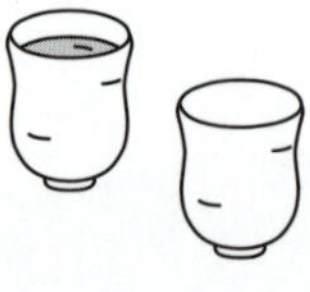

ゆのみぢゃわん

ぢゃ　ぢゃ　ぢゃ

ぢゅ　ぢゅ　ぢゅ

ぢょ　ぢょ　ぢょ

こうちゃ　tea　红茶　trà đen, hồng trà ｜ うちゅう　space　宇宙　vũ trụ ｜ ちょきん　savings　存款　tiền tiết kiệm, việc tiết kiệm tiền ｜ ゆのみぢゃわん　teacup　茶杯　cốc uống trà

TRACK 2-31

1.

☞ ちゃ　ぢゃ　ちょ　ぢょ　ぢゅ　ちゅ

TRACK 2-32

2.

あかちゃん　　ゆのみぢゃわん

うちゅう　　しゃちょう　　おちゃ

ちゅうごく　　ちゃわん　　ちゃいろ

TRACK 2-33

3.　① ② ③ ④ ⑤ ⑥

とくべつな　おと

TRACK 2-34

きょうしつ

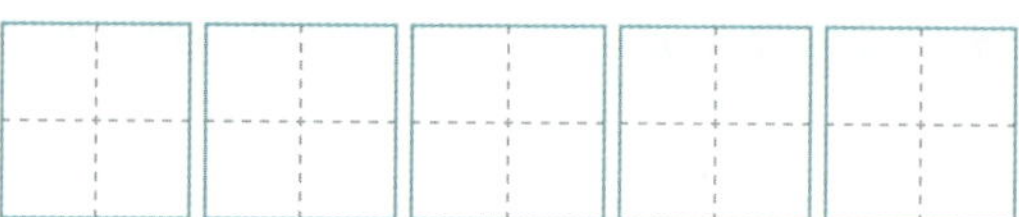

しょっき

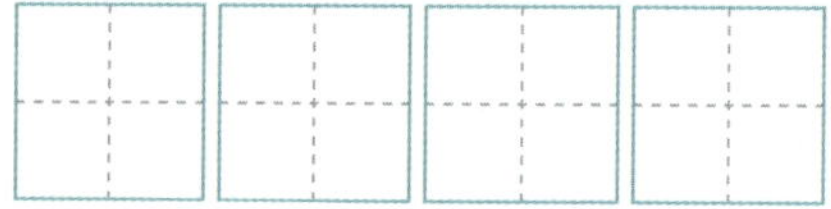

じゅうどう

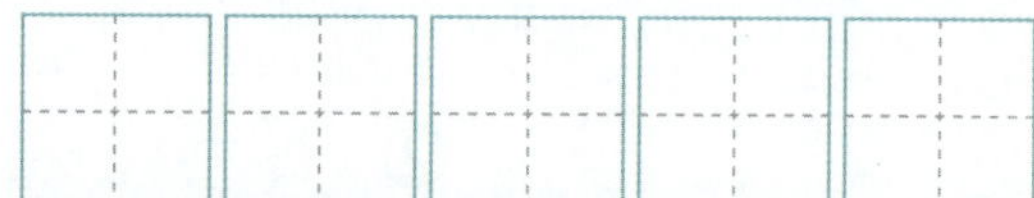

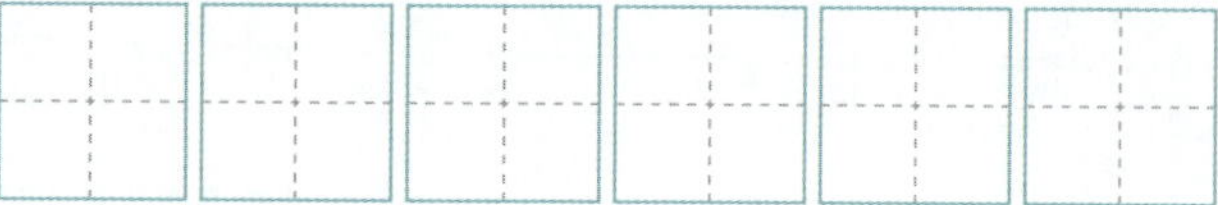

ぎゅうにゅう

きょうしつ　classroom　教室　lớp học │ しょっき　tablewares　餐具　dụng cụ dùng để ăn (bát đĩa, thìa, đũa,...)
じゅうどう　judo　柔道　môn nhu đạo judo │ ぎゅうにゅう　milk　牛奶　sữa

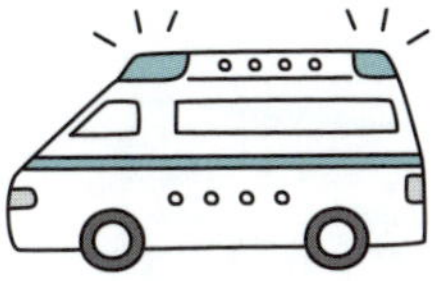

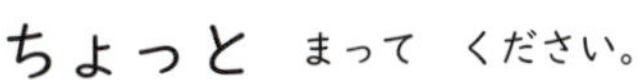

きゅうきゅうしゃ

しょうがっこう

ちゅうしゃじょう

ちょうど　9じです。

ちょっと　まって　ください。

きゅうきゅうしゃ　ambulance　救护车　xe cấp cứu
しょうがっこう　elementary school　小学　trường tiểu học ｜ ちゅうしゃじょう　parking　停车场　bãi đỗ xe ô tô

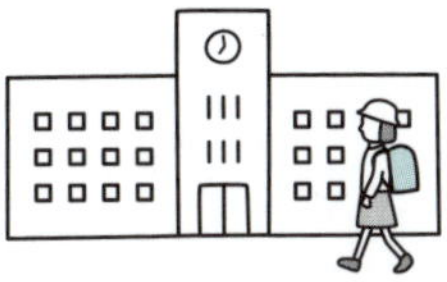

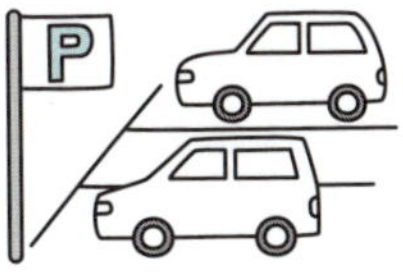

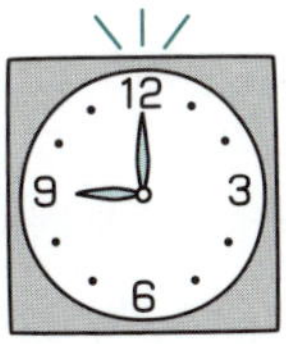

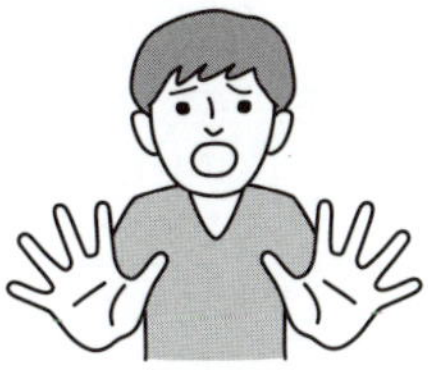

1.

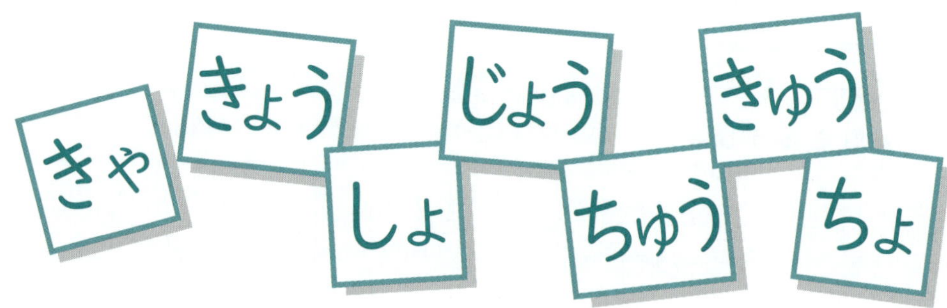

2.

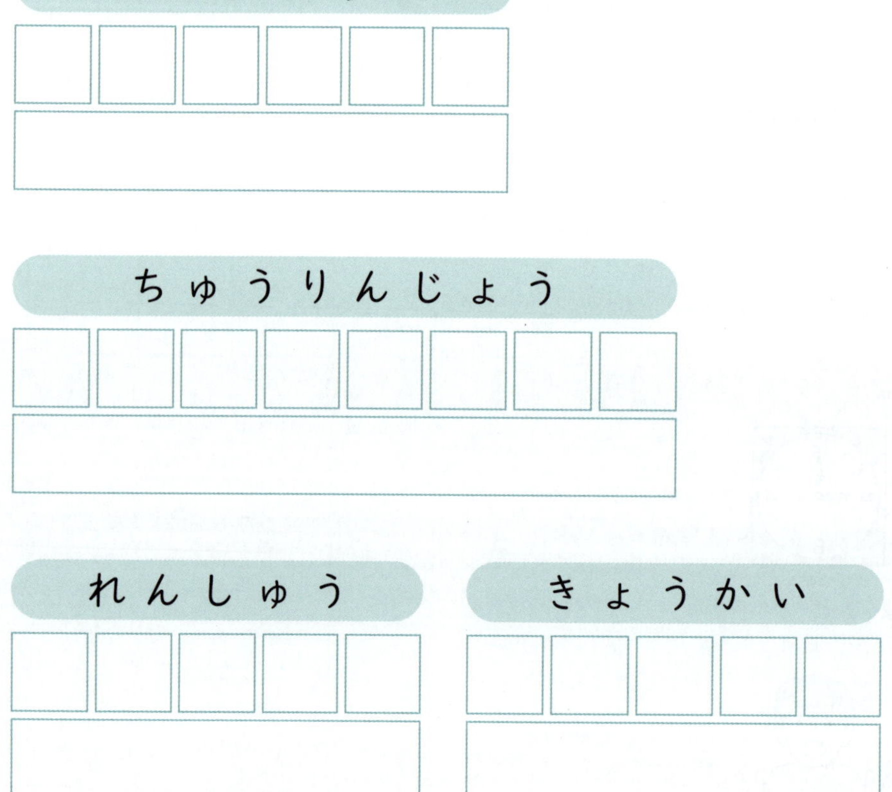

たんじょうび　birthday　生日　sinh nhật ｜ ちゅうりんじょう　bicycle parking lot　自行车停车场　bãi đỗ xe đạp
れんしゅう　practice　练习　luyện tập ｜ きょうかい　church　教堂　nhà thờ

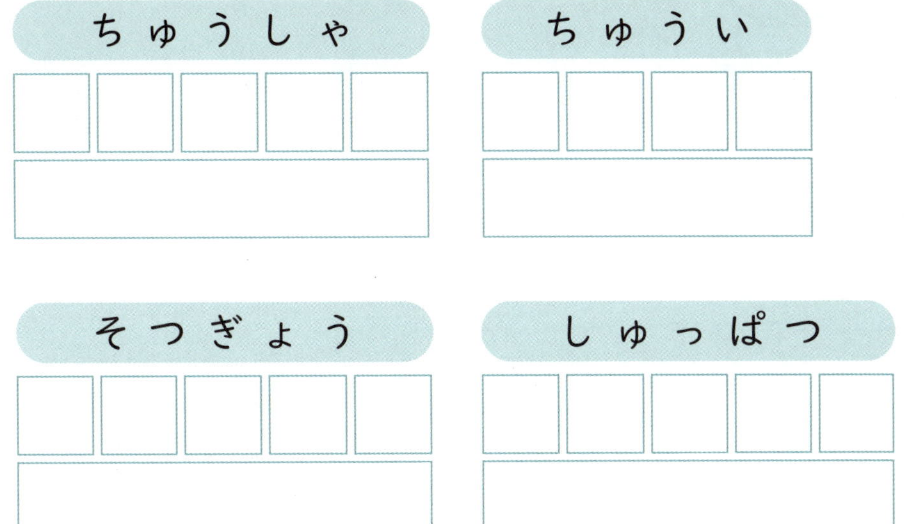

3.

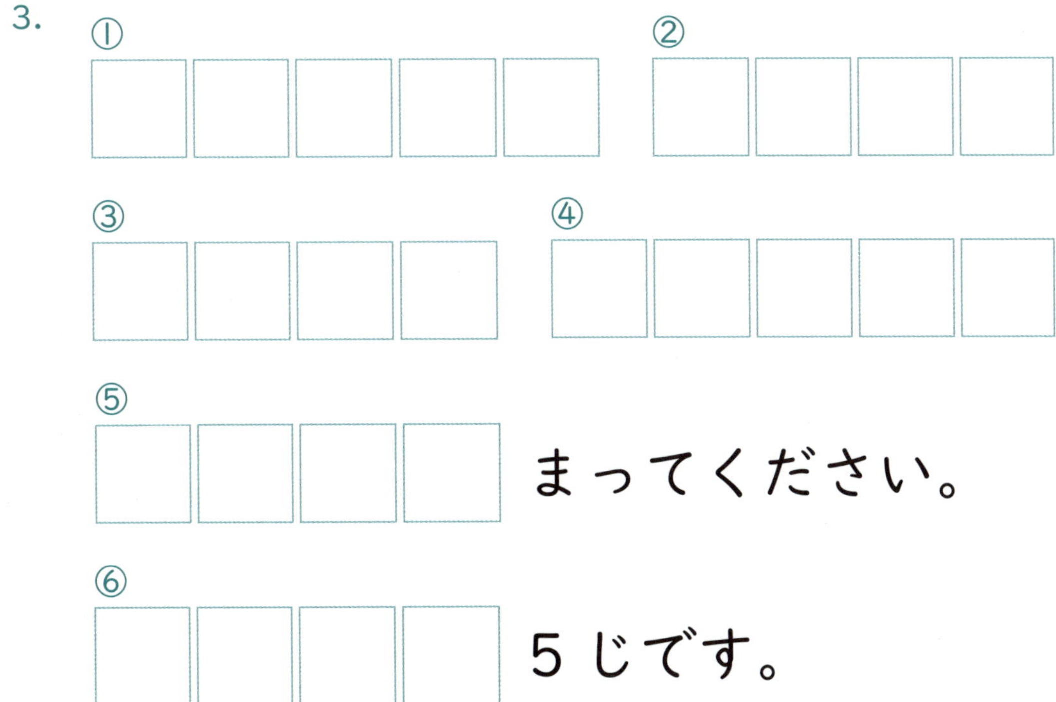

クイズ

1. ① ② ③ ④

2. ① ② ③ ④ ⑤ ⑥

① ② ③

④ ⑤

⑥

3.

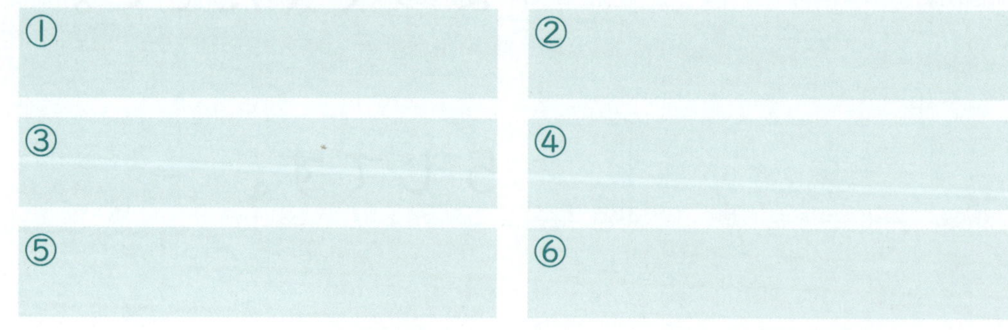

① ②

③ ④

⑤ ⑥

ことばの　ひろば　〔わしつ〕

TRACK 2-40

①たたみ　②ざぶとん　③つくえ　④おちゃ　⑤しょうじ　⑥かびん
⑦はいざら　⑧ごみばこ　⑨にんぎょう

わしつ　Japanese room　日式房间　phòng kiểu Nhật │ たたみ　tatami mat　榻榻米　chiếu tatami của Nhật
ざぶとん　cushion　坐垫　đệm ngồi │ つくえ　desk　书桌　bàn học, bàn làm việc cá nhân │ おちゃ　tea　茶　trà
しょうじ　shoji paper door　纸拉门　cửa kéo, vách ngăn (bằng giấy, gỗ) │ かびん　vase　花瓶　bình hoa
はいざら　ash tray　烟灰缸　gạt tàn │ ごみばこ　dust bi　垃圾桶　thùng rác │ にんぎょう　doll　人偶　con búp bê

TRACK 2-41

①れいぞうこ　②すいはんき　③しゃもじ　④ちゃわん　⑤さら
⑥はし　⑦まないた　⑧ほうちょう　⑨なべ　⑩おたま　⑪やかん

だいどころ　kitchen　厨房　nhà bếp ｜ れいぞうこ　refrigerator　一种冰箱　tủ lạnh
すいはんき　rice cooker　电饭煲　nồi cơm điện ｜ しゃもじ　rice paddle　饭杓　cái muôi/thìa xới cơm
ちゃわん　bowl　碗　bát ｜ さら　plate　盘子　đĩa ｜ はし　chopsticks　筷子　đũa
まないた　cutting board　砧板　thớt ｜ ほうちょう　kitchen knife　菜刀　dao ｜ なべ　pot, pan　锅　nồi
おたま　ladle　大汤勺　cái muôi múc canh ｜ やかん　kett　水壶　ấm đun nước

ことばの　ひろば〔せんめんじょ〕

TRACK 2-42

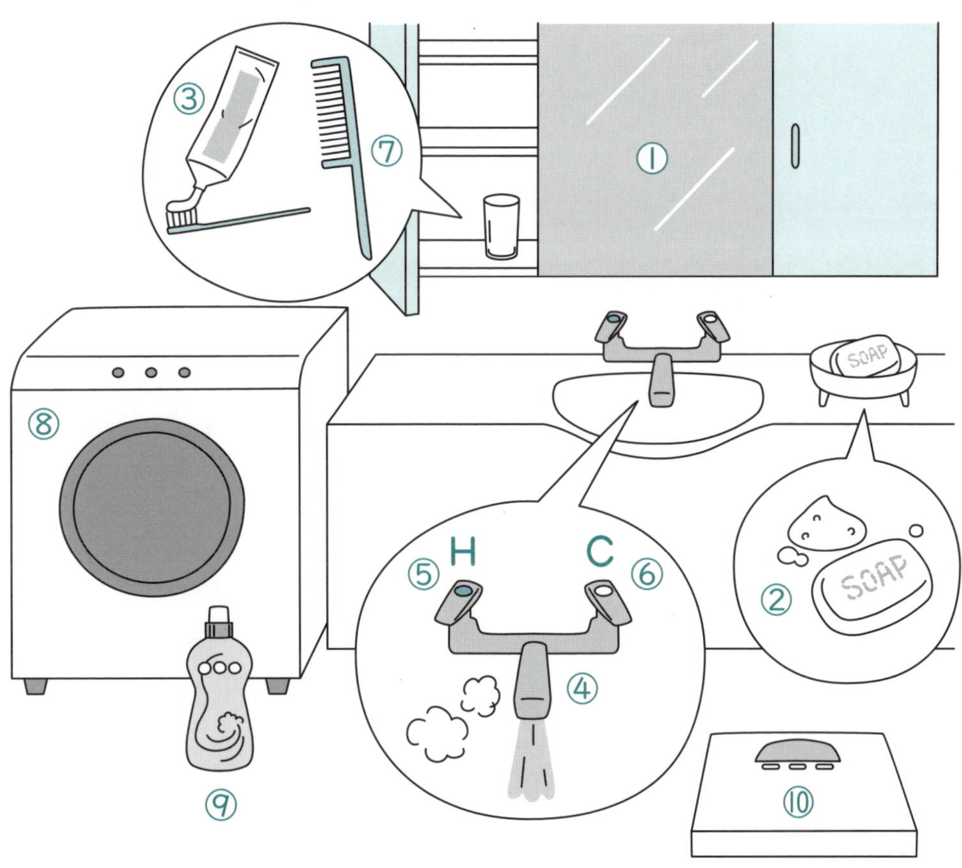

①かがみ　②せっけん　③はみがきこ　④じゃぐち　⑤ゆ　⑥みず
⑦くし　⑧せんたくき　⑨せんざい　⑩たいじゅうけい

せんめんじょ　bathroom　盥洗室　bồn rửa mặt, bồn rửa tay ｜ かがみ　mirror　镜子　gương
せっけん　soap　肥皂　xà phòng ｜ はみがきこ　toothpaste　牙膏　kem đánh răng
じゃぐち　tap　水龙头　vòi nước ｜ ゆ　hot water　热水　nước nóng ｜ みず　water　水　nước
くし　comb　梳子　cái lược chải đầu ｜ せんたくき　wash machine　洗衣机　máy giặt
せんざい　detergent　去污剂　chất tẩy rửa (nước giặt, xà phòng, nước rửa chén...)
たいじゅうけい　weight scale　体重计　cái cân

にゃ にゅ にょ

TRACK 2-43

こんにゃく

にゃ　にゃ　にゃ

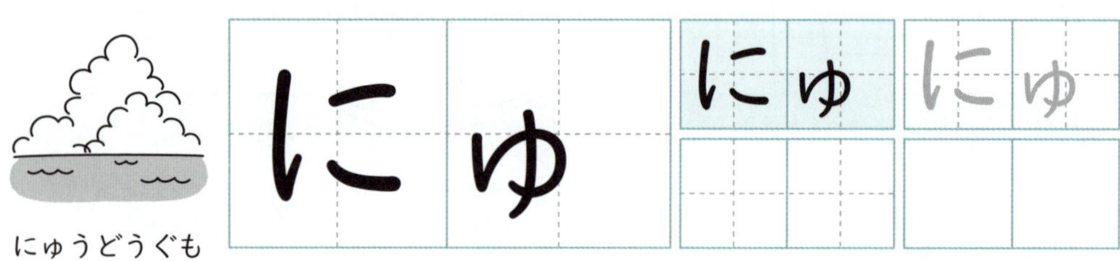

にゅうどうぐも

にゅ　にゅ　にゅ

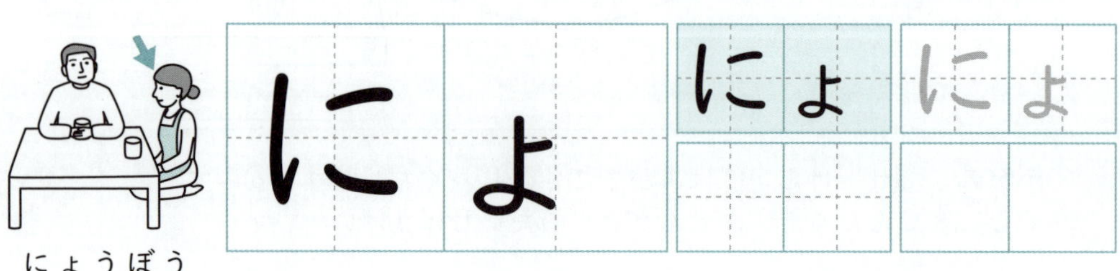

にょうぼう

にょ　にょ　にょ

こんにゃく　konnyaku　蒟蒻　konnyaku (một món ăn làm từ khoai konnyaku, thuộc họ khoai môn)
にゅうどうぐも　bank of clouds　积雨云　cột mây lớn │ にょうぼう　wife　妻子　vợ

TRACK 2-44

1.

☞

にゅ　　　　によ　　にゃ

TRACK 2-45

2.

こんにゃく　　　ゆにゅう　　　にょうぼう

にゅうどうぐも　　　にゅういん

にゅうがく　　　にゅうしゃ

TRACK 2-46

3.
① ② ③ ④ ⑤

ゆにゅう　import　进口　nhập khẩu ｜ にゅういん　hospitalization　住院　nhập viện
にゅうがく　admission　入学　nhập học ｜ にゅうしゃ　joining a company　入职　vào công ty

ひゃひゅひょ びゃびゅびょ ぴゃぴゅぴょ

TRACK 2-47

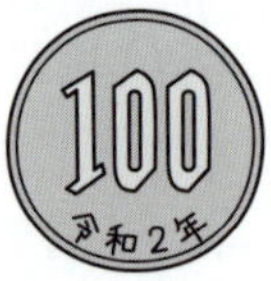

ひゃくえん

ひゃ　ひゃ

ひゅ　ひゅ

ひょ　ひょ

びゃ　びゃ

びゅ　びゅ

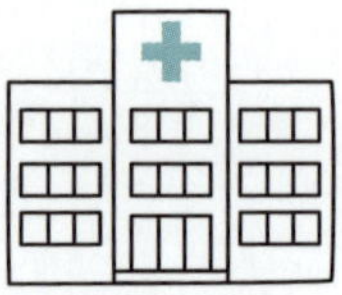

びょういん

びょ　びょ

600
ろっぴゃく

ぴゃ　ぴゃ

ぴゅ　ぴゅ

ぴょ　ぴょ

| ひゃくえん | 100 yen | 一百日元 | 100 Yên | びょういん | hospital | 医院 | bệnh viện |
| ろっぴゃく | six hundred | 六百 | sáu trăm | | | | |

TRACK 2-48

1.

☞

びょ　ひゅ　ひゃ　ひょ　ぴゃ
びゅ　ぴょ　ぴゅ　びゃ

TRACK 2-49

2.

ひゃくえん	にひゃく	さんびゃく

ろっぴゃく	ひょうざん	びょうき

びょういん	ひゃっかてん

TRACK 2-50

3.　① 　② 　③ 　④ 　⑤ 　⑥

にひゃく　two hundred　二百　hai trăm ｜ さんびゃく　three hundred　三百　ba trăm ｜ ひょうざん　iceberg　冰山　núi băng ｜ びょうき　illness　疾病　sự đau ốm, bệnh tật ｜ ひゃっかてん　department store　百货店　cửa hàng bách hóa

TRACK 2-51

さんみゃく　mountain range　山脉　dãy núi, rặng núi │ みょうじ　last name　姓　họ (trong họ tên)
りょこう　travel　旅行　du lịch

1.

☞ みよ　みゅ　りゅ　みゃ　りょ　りゃ

2.

みょうじ　　りゅう　　りょこう

りょうしん　　りゅうがく　　みゃく

だいとうりょう　　みょうが

3.　① ② ③ ④ ⑤ ⑥

りゅう　dragon　龙　rồng ｜ りょうしん　parents　双亲　bố mẹ ｜ りゅうがく　study abroad　留学　du học

みゃく　pulse　脉搏　mạch ｜ だいとうりょう　president　总统　tổng thống

みょうが　myoga ginger　野姜　gừng myoga của Nhật

クイズ

1. ① ② ③ ④

2. ① ② ③ ④ ⑤

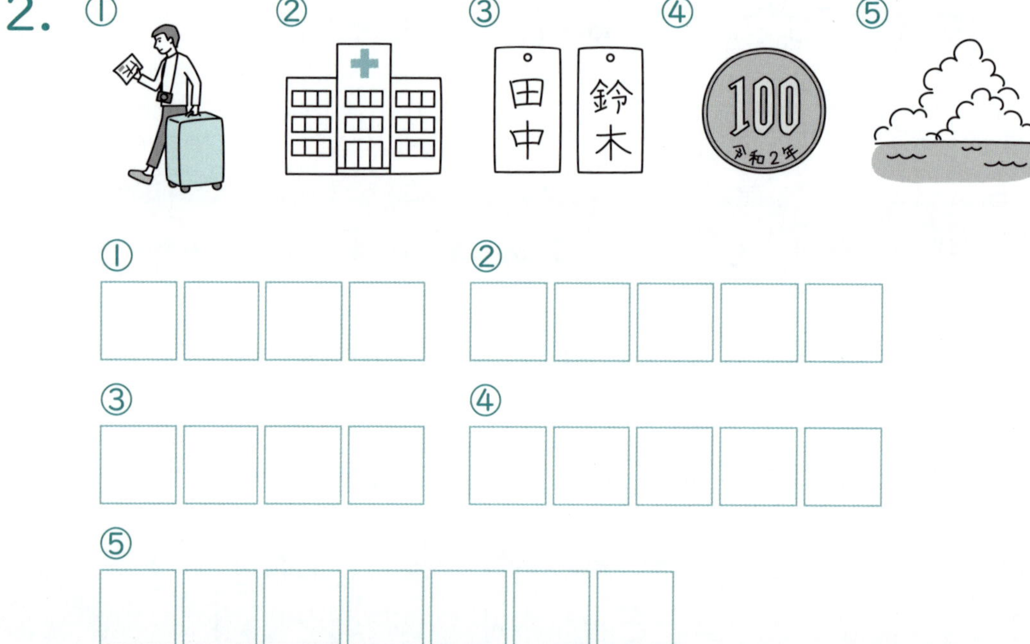

①

②

③

④

⑤

3. ① ②

③ ④

⑤ ⑥

ことばの　ひろば　［わたしの　まち］

TRACK 2-57

①えき　②ぎんこう　③ゆうびんきょく　④がっこう　⑤てら
⑥びじゅつかん　⑦としょかん　⑧びよういん　⑨ほんや　⑩こうえん
⑪びょういん　⑫けいさつしょ　⑬しょうぼうしょ

TRACK 2-58

◆あなたの　まちに　なにが　ありますか。

◆どこへ　いきますか。

まち　town　城镇　thành phố, thị trấn ｜ えき　station　车站　nhà ga ｜ ぎんこう　bank　银行　ngân hàng
ゆうびんきょく　post office　邮局　bưu điện ｜ がっこう　school　学校　trường học ｜ てら　temple　寺院　chùa
びじゅつかん　museum　美术馆　bảo tàng mỹ thuật ｜ としょかん　library　图书馆　thư viện
びよういん　beauty parlor　美容院　hiệu cắt tóc làm đẹp ｜ ほんや　book store　书店　hiệu sách
こうえん　park　公园　công viên ｜ びょういん　hospital　医院　bệnh viện
けいさつしょ　police station　警察局　đồn cảnh sát ｜ しょうぼうしょ　fire station　消防站　trạm cứu hỏa

ひらがな　そうまとめテスト

1. かきましょう。

kya	kyu	kyo	gya	gyu	gyo	sha	shu	sho
ja	ju	jo	cha	chu	cho	nya	nyu	nyo
hya	hyu	hyo	bya	byu	byo	pya	pyu	pyo
mya	myu	myo	rya	ryu	ryo			

2. これは　なんですか。

①
____

②
____

③
____

④
____

⑤
____

⑥
____

⑦
____

⑧
____

⑨
____

⑩
____

TRACK 2-59

3. きいて、かきましょう。

① ＿＿＿＿＿＿＿＿＿＿　② ＿＿＿＿＿＿＿＿＿＿

③ ＿＿＿＿＿＿＿＿＿＿　④ ＿＿＿＿＿＿＿＿＿＿

⑤ ＿＿＿＿＿＿＿＿＿＿　⑥ ＿＿＿＿＿＿＿＿＿＿

TRACK 2-60

4. はなしましょう。

てんいん：いらっしゃいませ。

きゃく：　このかばんを　ちょっと　みせてください。

てんいん：わかりました。しょうしょう　おまちください。

きゃく：　はい。

てんいん：はい。どうぞ。

きゃく：　いいかばんですね。これを　ください。いくらですか。

てんいん：ちょうど　1000 えんです。

きゃく：　はい。

てんいん：ありがとう　ございました。

ひらがな　タスク

TRACK 2-61

1. ききましょう。どちらですか。

れい）　さっし　・　（ざっし）

① きて　・　きって
② にんぎょ　・　にんぎょう
③ かき　・　かぎ
④ かいしゃ　・　がいしゃ
⑤ きんいろ　・　ぎんいろ
⑥ さんばい　・　さんぱい
⑦ ますだ　・　まつだ
⑧ かばん　・　かんばん
⑨ びよういん　・　びょういん
⑩ ちょっと　・　ちょうど

2. ことばあそび「しりとり」

と	け	い	▶	い		▶			▶		

れい）　　　　　　　　①　　　②　　　③

	か		▶				▶		ん	だ	

④　　　　　⑤　　　⑥　　　　　⑦

3. かきましょう。

①は＿めまして。　えんどうです。

　ど＿ぞ　＿ろし＿。

②す＿ま＿ん。　これ＿　ひとつくださ＿。

③おは＿うご＿い＿す。

TRACK 2-62

4. きいて、かきましょう。

てんいん：れい）　いらっしゃいませ。

きゃく：　このかばんを　①＿＿＿＿＿＿＿＿＿＿。

てんいん：わかりました。しょうしょう　おまちください。

きゃく：　はい。

てんいん：はい。どうぞ。

きゃく：　いいかばんですね。②＿＿＿＿＿＿＿。③＿＿＿＿＿＿。

てんいん：④＿＿＿＿＿　1000 えんです。

きゃく：　はい。

てんいん：ありがとう　ございました。

ひらがな　ぶんの　れんしゅう

それはなんですか。

がっこうへいきます。

ごはんをたべます。

Q: すきな　たべものは　なんですか。

A:

Q: まいにち　かいしゃへ　いきますか。

A:

Q: しゅうまつは　なにを　しますか。

A:

せんしゅう、でんしゃでさとうさんのうちへいきました。いっしょににほんりょうりをつくって、たべました。

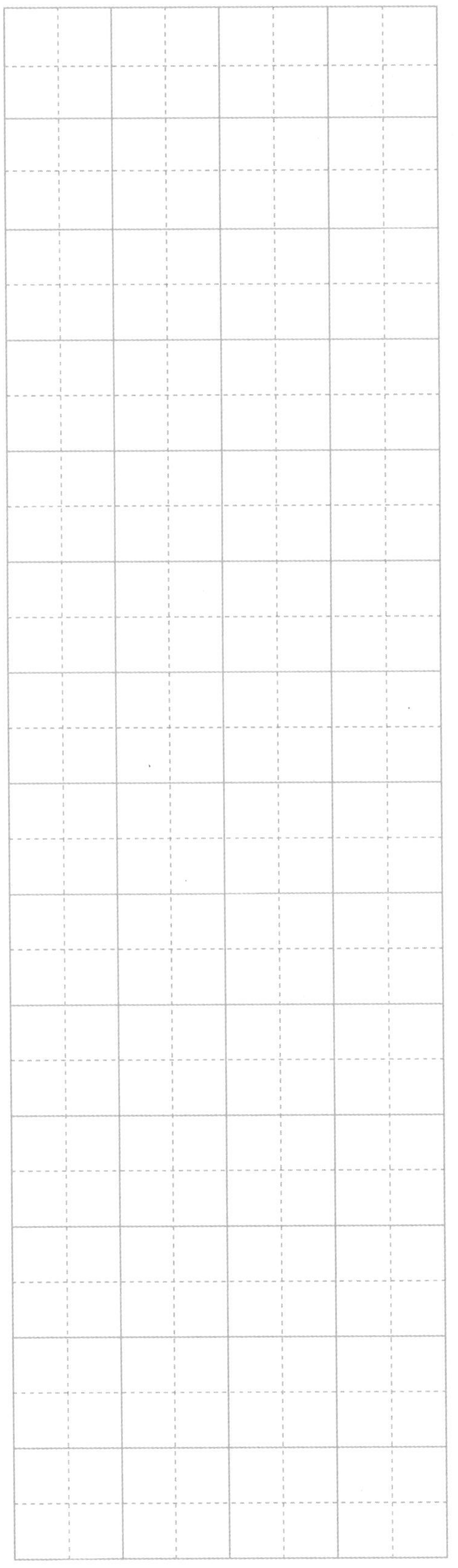

カタカナ

KATAKANA

カタカナ

a ア	i イ	u ウ	e エ	o オ
ka カ	ki キ	ku ク	ke ケ	ko コ
sa サ	shi シ	su ス	se セ	so ソ
ta タ	chi チ	tsu ツ	te テ	to ト
na ナ	ni ニ	nu ヌ	ne ネ	no ノ
ha ハ	hi ヒ	fu フ	he ヘ	ho ホ
ma マ	mi ミ	mu ム	me メ	mo モ
ya ヤ		yu ユ		yo ヨ
ra ラ	ri リ	ru ル	re レ	ro ロ
wa ワ				

kya キャ	kyu キュ	kyo キョ
sha シャ	shu シュ	sho ショ
cha チャ	chu チュ	cho チョ
nya ニャ	nyu ニュ	nyo ニョ
hya ヒャ	hyu ヒュ	hyo ヒョ
mya ミャ	myu ミュ	myo ミョ
rya リャ	ryu リュ	ryo リョ
gya ギャ	gyu ギュ	gyo ギョ
ja ジャ	ju ジュ	jo ジョ
bya ビャ	byu ビュ	byo ビョ
pya ピャ	pyu ピュ	pyo ピョ

	ツ	ー	n ン

ga ガ	gi ギ	gu グ	ge ゲ	go ゴ
za ザ	ji ジ	zu ズ	ze ゼ	zo ゾ
da ダ			de デ	do ド
ba バ	bi ビ	bu ブ	be ベ	bo ボ
pa パ	pi ピ	pu プ	pe ペ	po ポ

			she シェ	
			che チェ	
tsa ツァ			tse ツェ	tso ツォ
	ti ティ			
fa ファ	fi フィ		fe フェ	fo フォ
			je ジェ	
	di ディ			
		dyu デュ		

			ye イェ	
	wi ウィ		we ウェ	wo ウォ
kwa クァ	kwi クィ		kwe クェ	kwo クォ
	tsi ツィ			
		tu トゥ		
gwa グァ				
		du ドゥ		
va ヴァ	vi ヴィ	vu ヴ	ve ヴェ	vo ヴォ
		tyu テュ		
		fyu フュ		
		vyu ヴュ		

※カタカナは主に外国の人名、地名、外来語、動植物の表記に使われます。
音が同じ「ジ：ヂ」「ズ：ヅ」「オ：ヲ」は「ジ、ズ、オ」を使います。
ただし、「ヂ、ヅ、ヲ」を慣用的に使うこともあります。

Katakana is mainly used for foreign names, places, loan words, animals and plants. 「ジ：ヂ」「ズ：ヅ」「オ：ヲ」are the same sound. In this case we use 「ジ、ズ、オ」. However, 「ヂ、ヅ、ヲ」can also be commonly used.

片假名 主要用来表示外国的人名，地名，外来语，动植物等.
发音相同的「ジ·ヂ」「ズ·ヅ」「オ·ヲ」用「ジ、ズ、オ」来表示，但是，有时候也会习惯性地用「ヂ、ヅ、ヲ」来表示.

Katakana được sử dụng để ghi lại họ tên người và địa danh nước ngoài, từ ngoại lai, tên gọi động thực vật. Đối với những âm giống nhau "ジ：ヂ", ""ズ：ヅ", ""オ：ヲ", người ta sẽ sử dụng âm "ジ, ズ, オ", Mặc dù vậy, " ヂ, ヅ, ヲ " cũng có khi được sử dụng rất phổ biến.

7章(しょう) 1 アイウエオ

TRACK 3-02

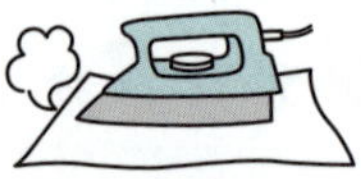

アイロン

ア ア ア ア

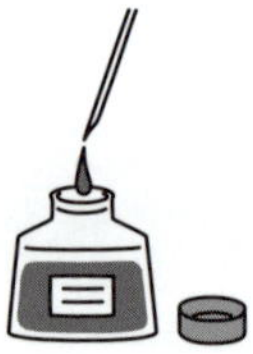

インク

イ イ イ イ

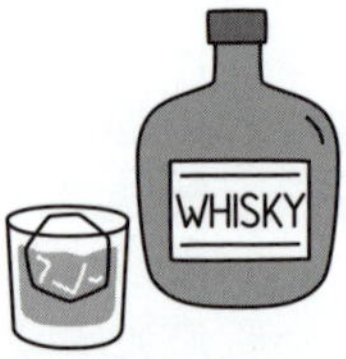

ウイスキー

ウ ウ ウ ウ

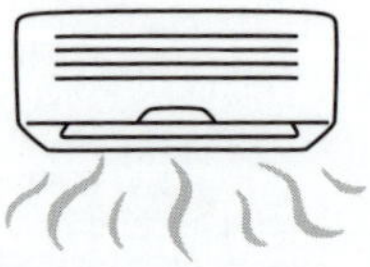

エアコン

エ エ エ エ

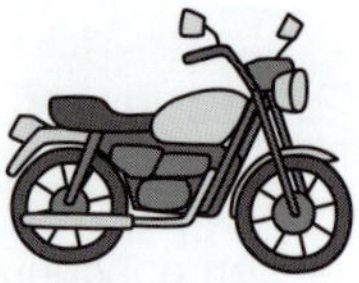

オートバイ

オ オ オ オ

アイロン cloth iron 熨斗 bàn là, bàn ủi | インク ink 油墨 mực | ウイスキー whiskey 威士忌 rượu Wisky
エアコン air conditioner 空调 điều hòa, máy lạnh | オートバイ motorcycle 摩托车 xe máy

7章 2 ン 一
_{しょう}

TRACK 3-03

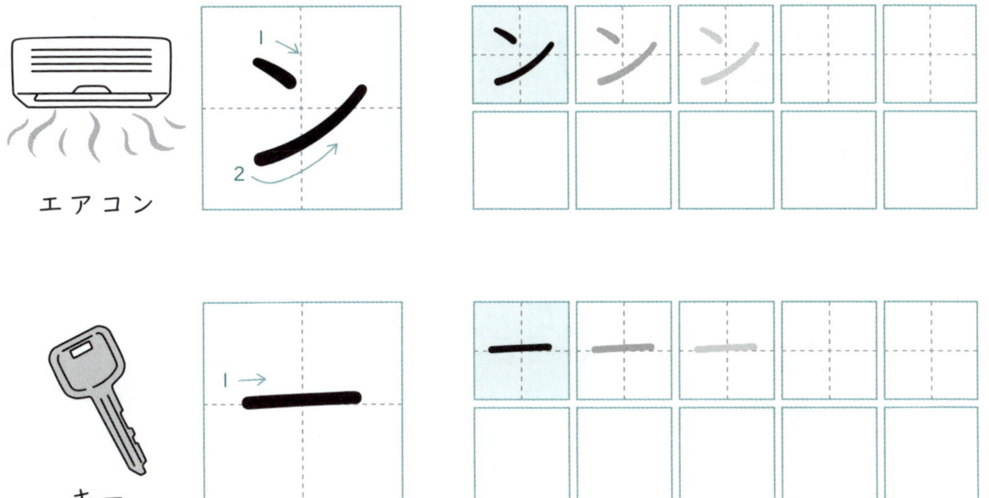

カ キ ク ケ コ

TRACK 3-04

カ

カーテン

 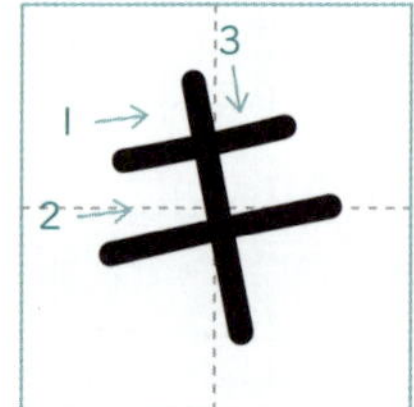

キ

キー

 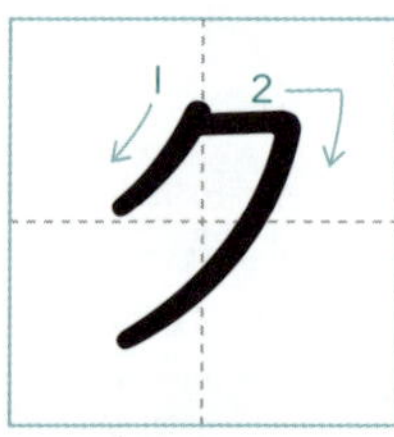

ク

クラス

 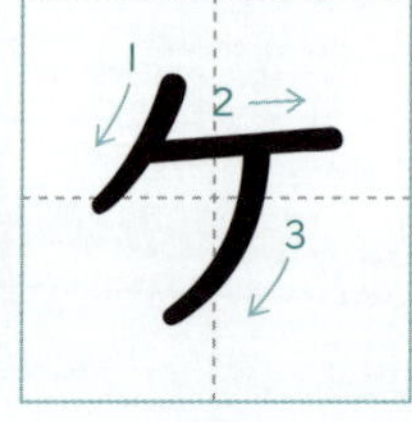

ケ

ケーキ

 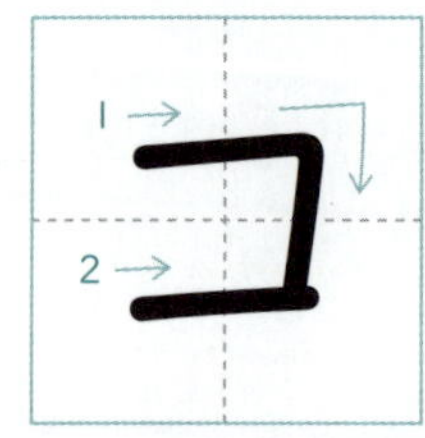

コ

ココア

カーテン　curtain　窗帘　rèm cửa ｜ キー　key　钥匙　chìa khóa ｜ クラス　class　班级　lớp, lớp học
ケーキ　cake　蛋糕　bánh ngọt ｜ ココア　cocoa / hot chocolate　可可　ca cao

7章 4 ガ ギ グ ゲ ゴ
しょう

TRACK 3-05

ガム

ガ ガ ガ

 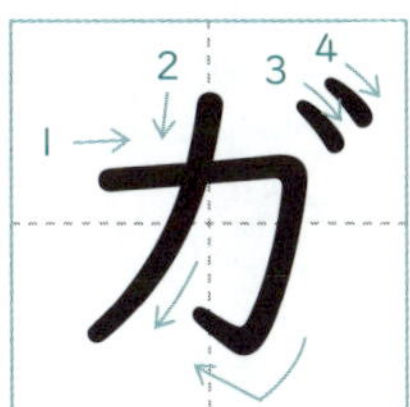
ギター

ギ ギ ギ

 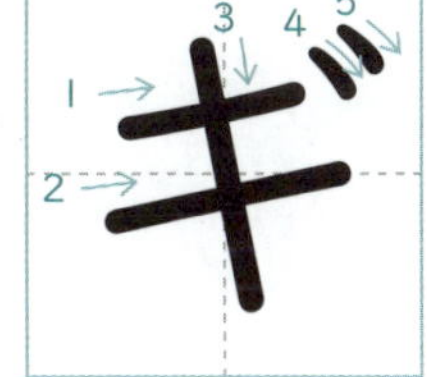
グアム

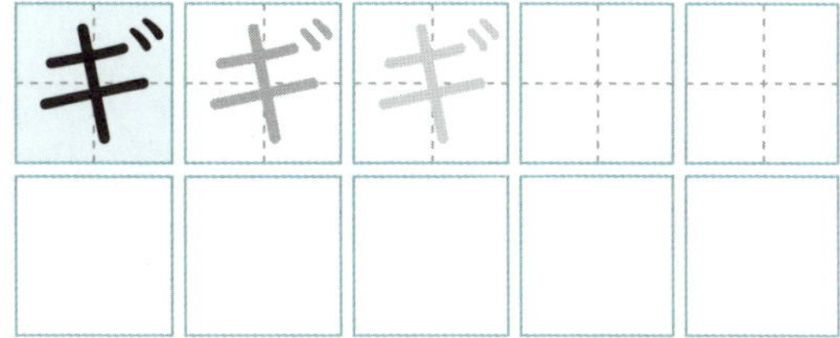
グ グ グ

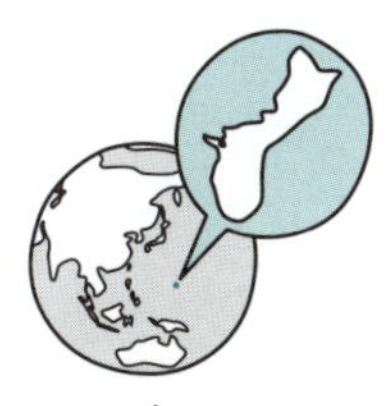 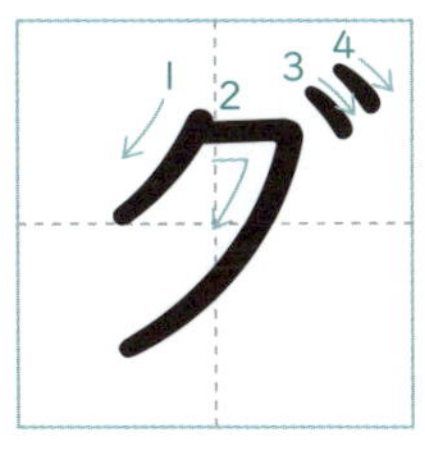
ゲーム

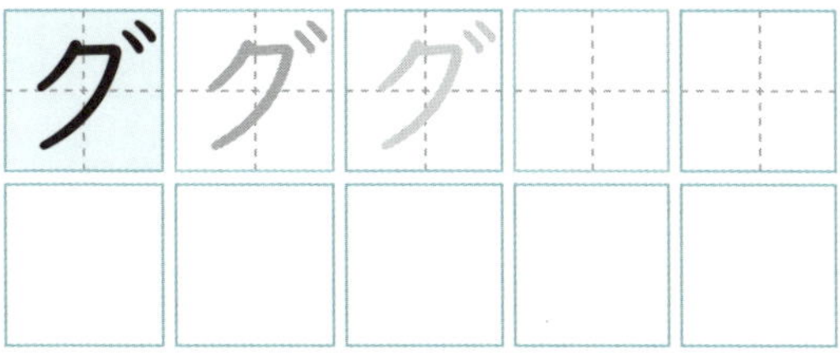
ゲ ゲ ゲ

 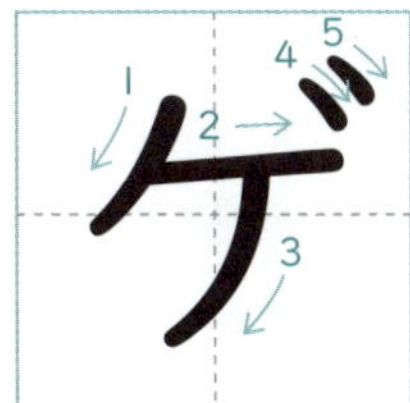
ゴリラ

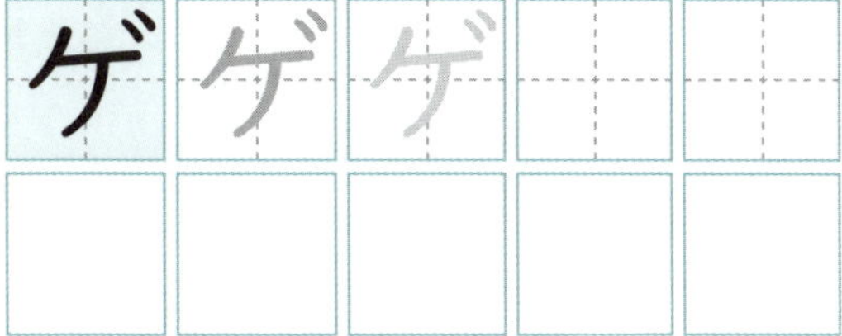
ゴ ゴ ゴ

 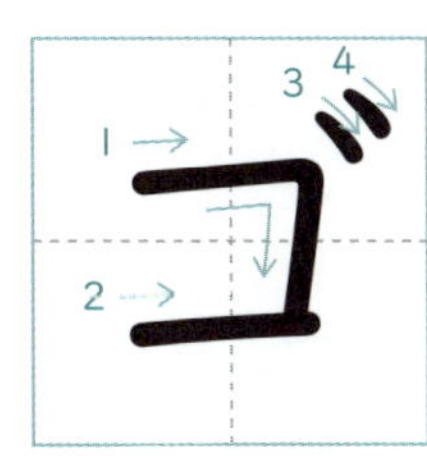

1.

2.
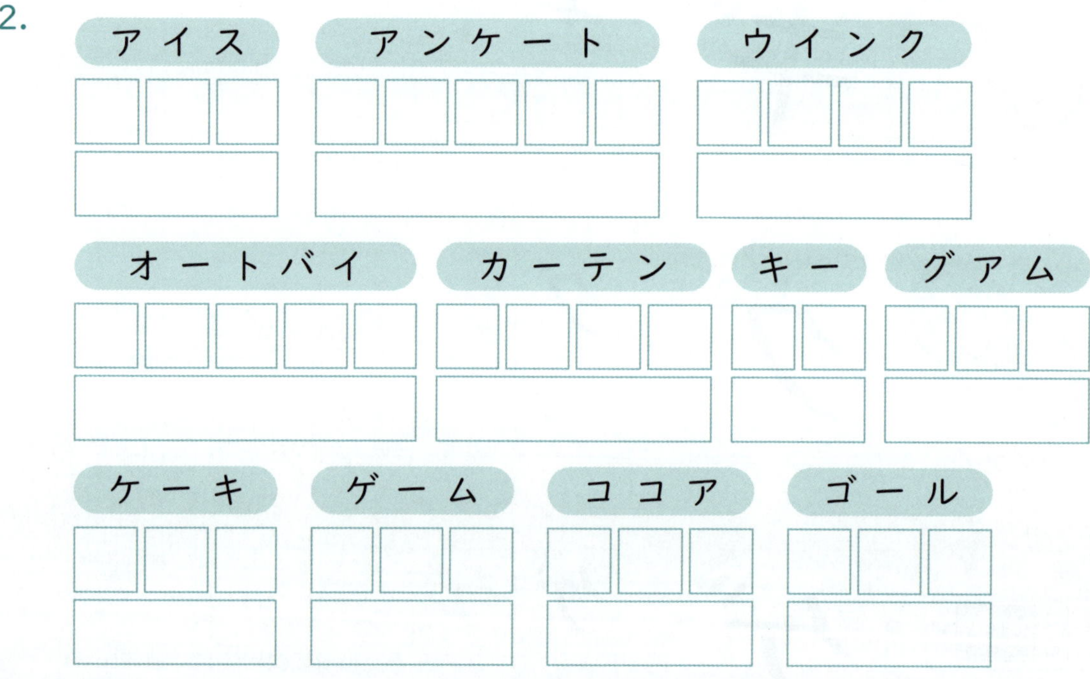

3.
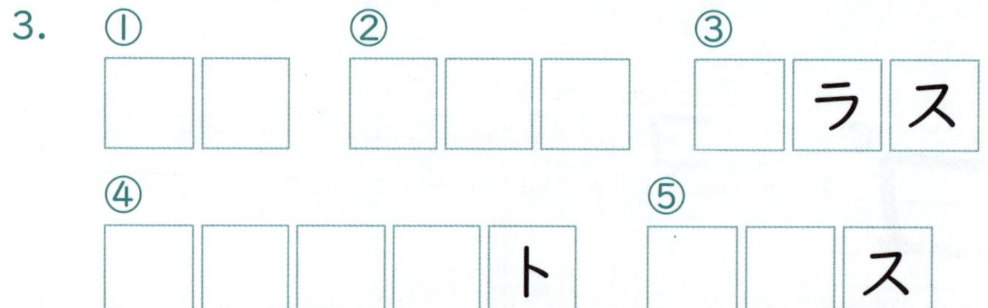

アイス　ice cream　冰　kem ｜ アンケート　questionnaire　调查问卷　bản điều tra
ウインク　wink　眨眼　nháy mắt ｜ ゴール　goal　球门／终点　khung thành, đích đến

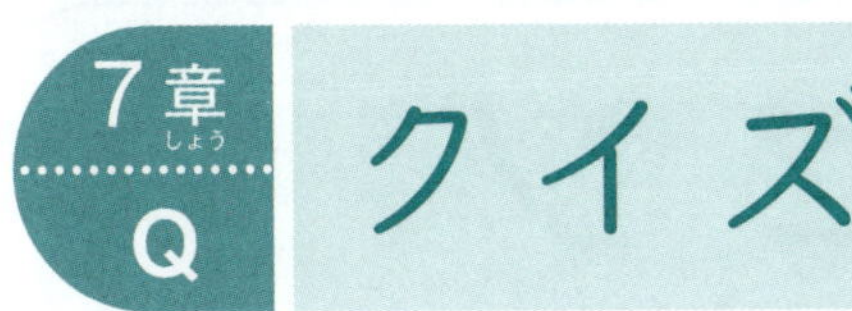

7章 Q クイズ

TRACK 3-09

1. ① □ ② □ ③ □ ④ □ ⑤ □ ⑥ □

2.

①

②

③

④

⑤

⑥

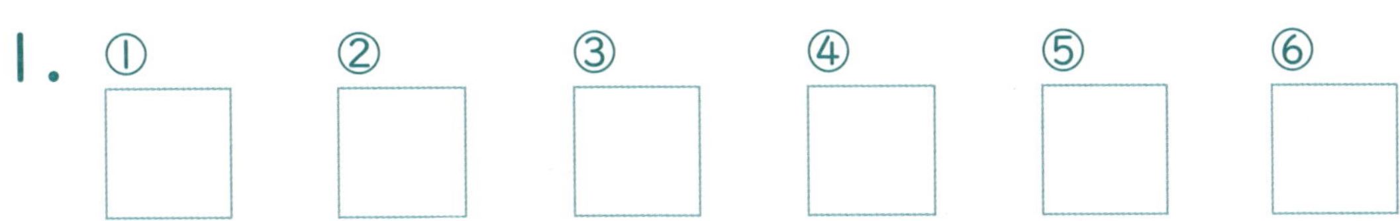

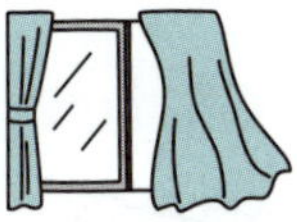

① □□□

② □ム

③ □□ム

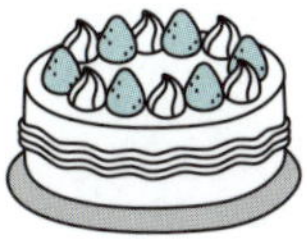

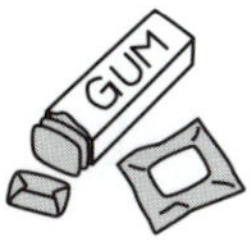

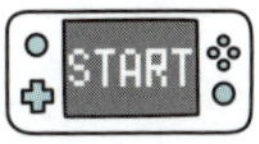

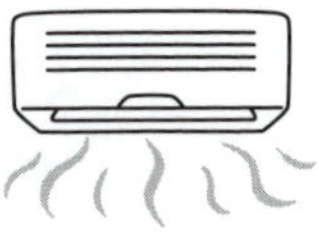

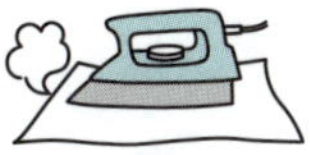

④ □□□□

⑤ □□ロ□

⑥ □□テ□

TRACK 3-10

3.

①

②

③

④

⑤

⑥

8章(しょう) 1 サシスセソ

TRACK 3-11

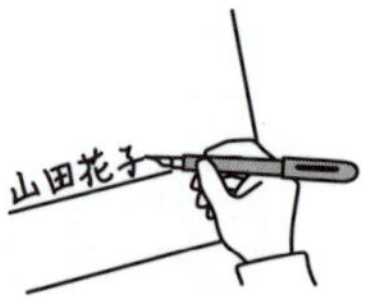

サイン

サ　サ サ サ

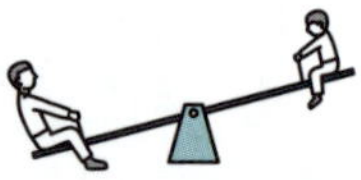

シーソー

シ　シ シ シ

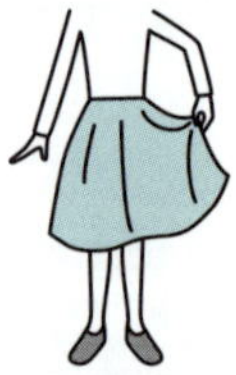

スカート

ス　ス ス ス

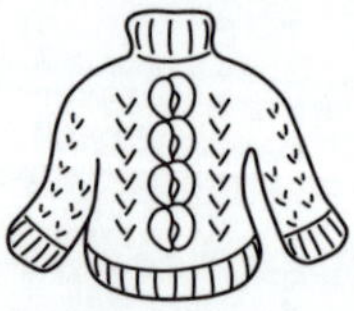

セーター

セ　セ セ セ

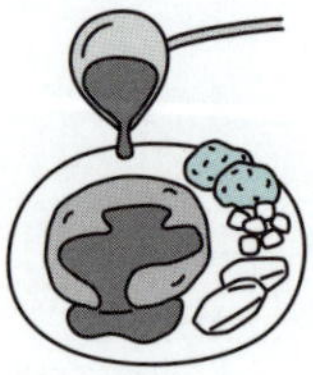

ソース

ソ　ソ ソ ソ

サイン　signature / autograph　符号 / 签名　chữ ký, việc ký tên ｜ シーソー　seesaw　跷跷板　trò chơi bập bênh
スカート　skirt　裙子　chân váy ｜ セーター　sweater　毛衣　áo len ｜ ソース　sauce　酱汁　nước sốt

8章 2 ザジズゼゾ

TRACK 3-12

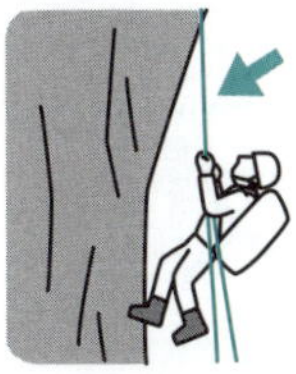

ザイル

ザ ザ ザ

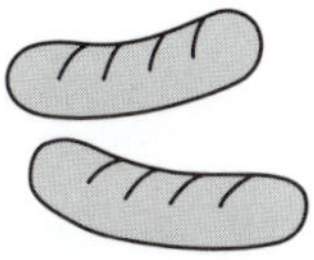

ソーセージ

ジ ジ ジ

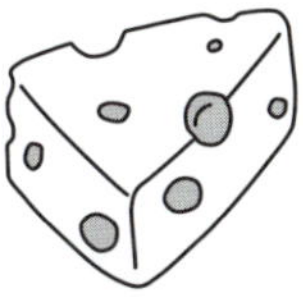

チーズ

ズ ズ ズ

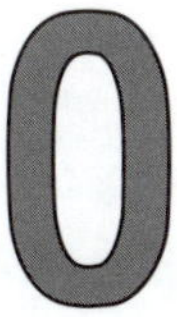

ゼロ

ゼ ゼ ゼ

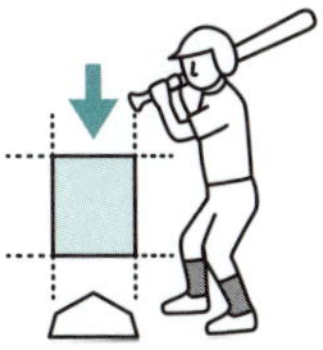

ストライクゾーン

ゾ ゾ ゾ

ザイル rope 绳索 dây chuyên dùng cho leo núi | ソーセージ sausage 香肠 xúc xích | チーズ cheese 奶酪 phô mai | ゼロ zero 零 số không, không có | ストライクゾーン strike zone 好球区 vùng hợp lệ (thuật ngữ trong bóng chày, là khoảng không gian phía trên gôn nhà, giới hạn từ đầu gối đến vai của người đánh bóng)

1.

2.

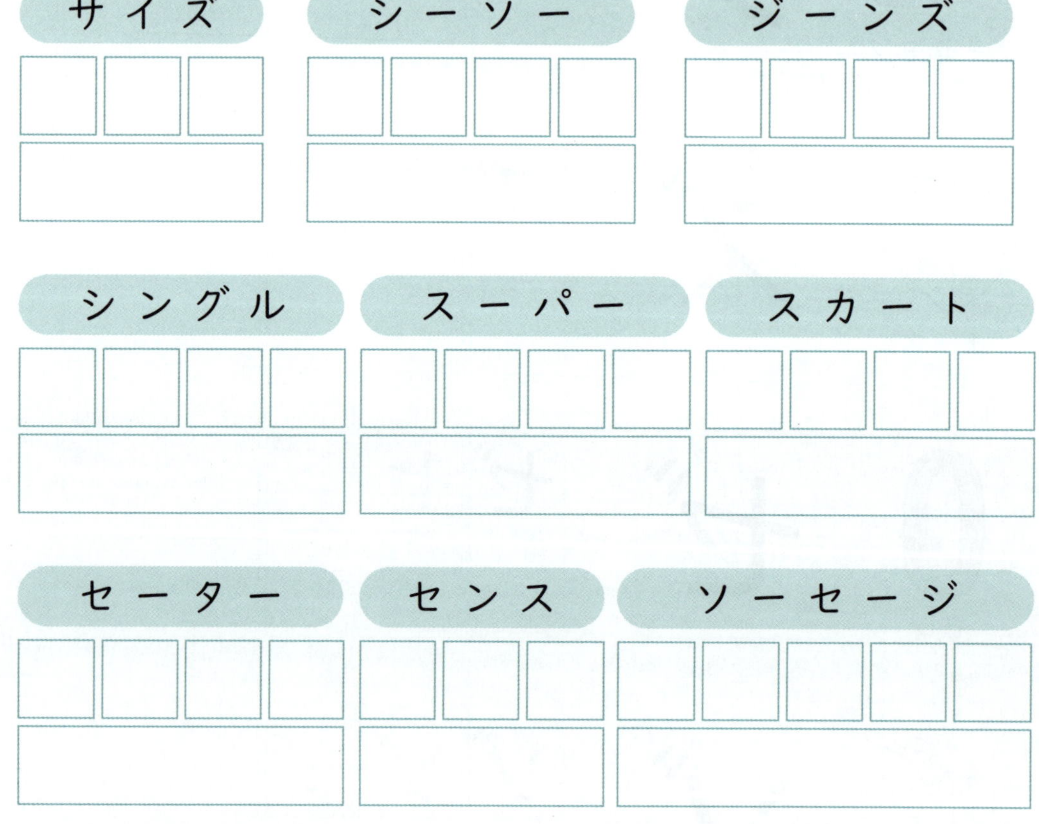

サイズ　size　大小　kích cỡ │ ジーンズ　jeans　牛仔裤　quần Jeans │ シングル　single　单人　đơn, lẻ
スーパー　supermarket　超市　siêu thị │ センス　sense　感觉　năng khiếu, gu (ăn mặc), khả năng phán đoán

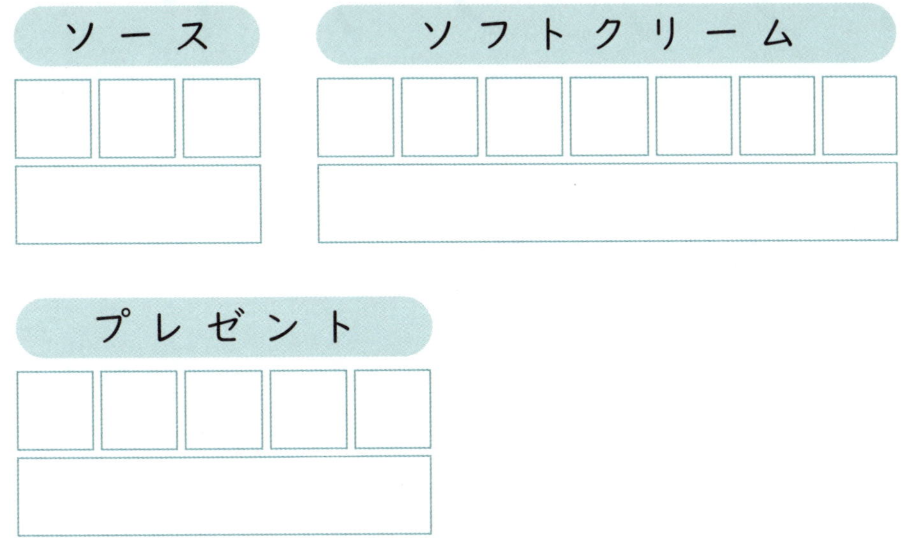

TRACK 3-15

3.

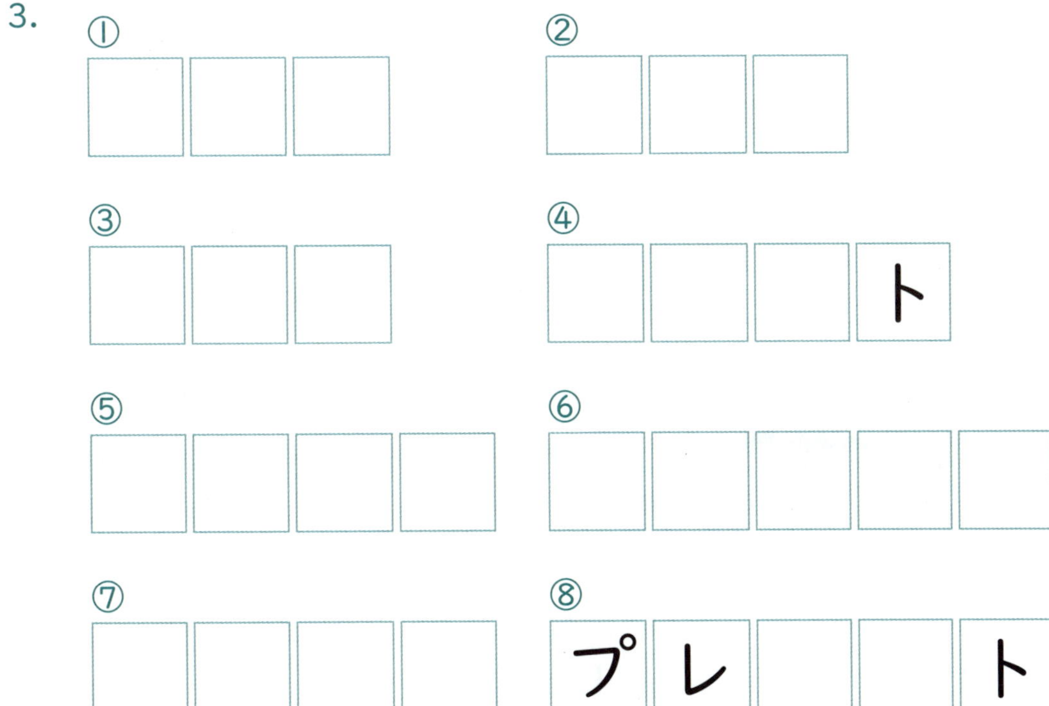

ソフトクリーム　whippy ice cream　软冰激凌　kem mềm, kem tươi ｜ プレゼント　present　礼物　quà tặng

8章(しょう) 3 タチツテト

TRACK 3-16

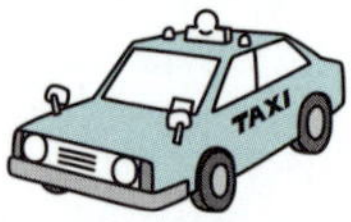

タクシー

タ タ タ タ

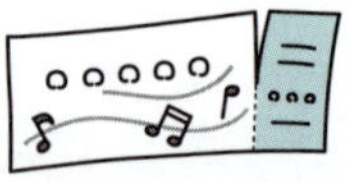

チケット

チ チ チ チ

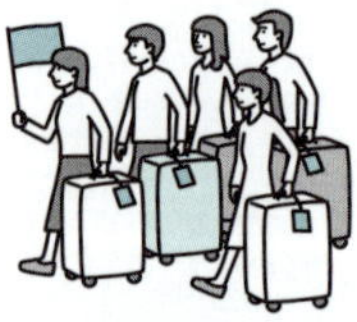

ツアー

ツ ツ ツ ツ

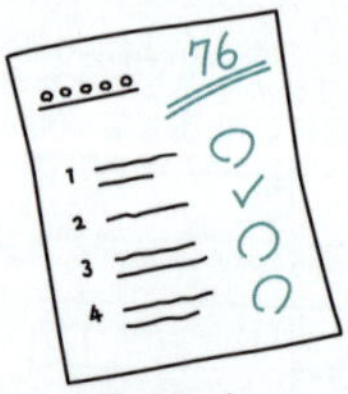

テスト

テ テ テ テ

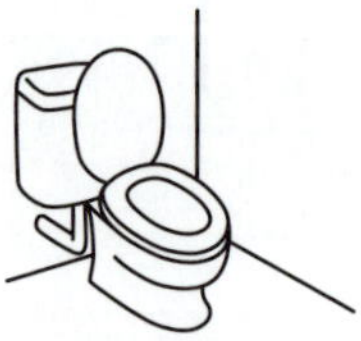

トイレ

ト ト ト ト

タクシー taxi 出租车 taxi | チケット ticket 门票 vé | ツアー tour 旅行 tour du lịch
テスト test 考试 bài kiểm tra | トイレ toilet 厕所 nhà vệ sinh

8章 4 ダ デ ド　ちいさい「ッ」

TRACK 3-17

サラダ

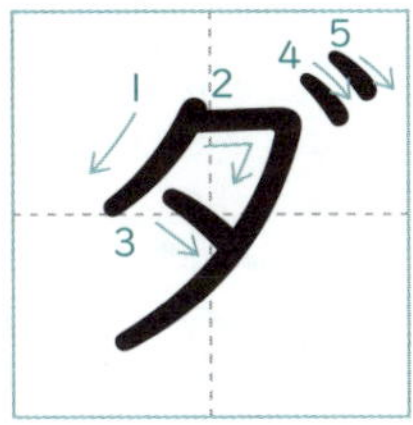

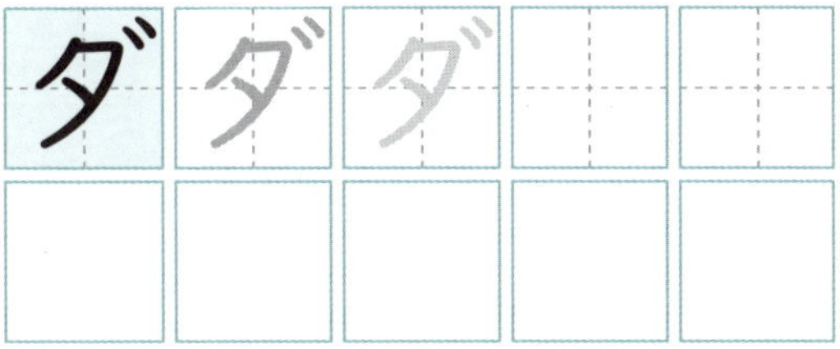

デート

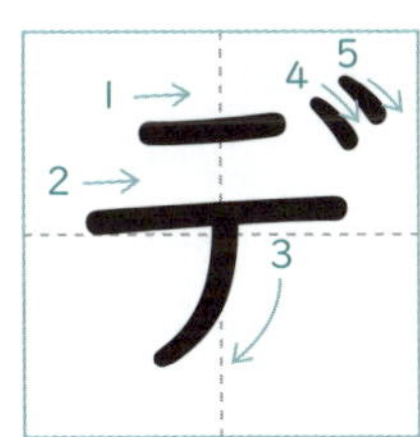

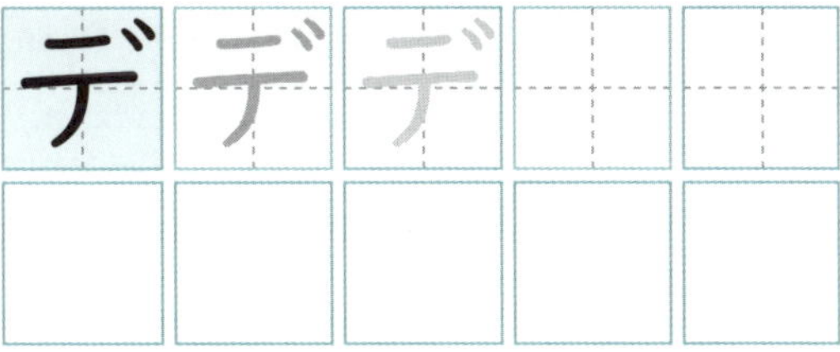

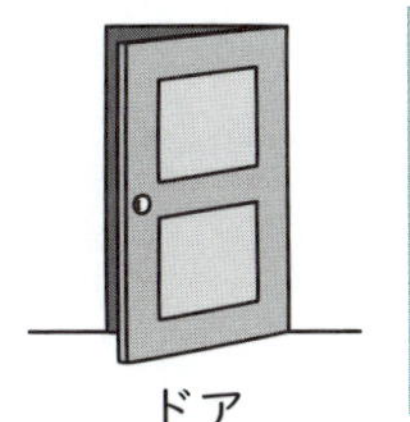
ドア

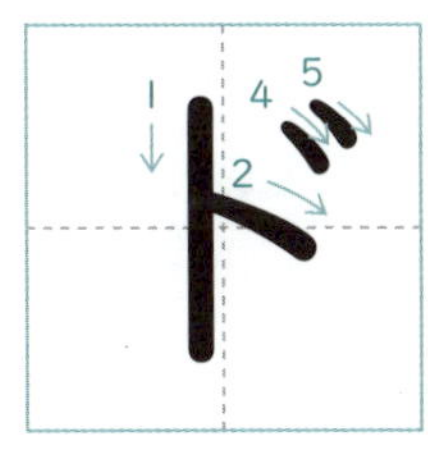

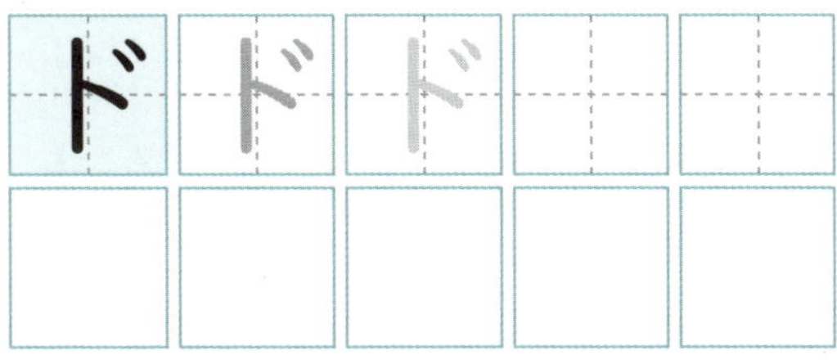

サッカー

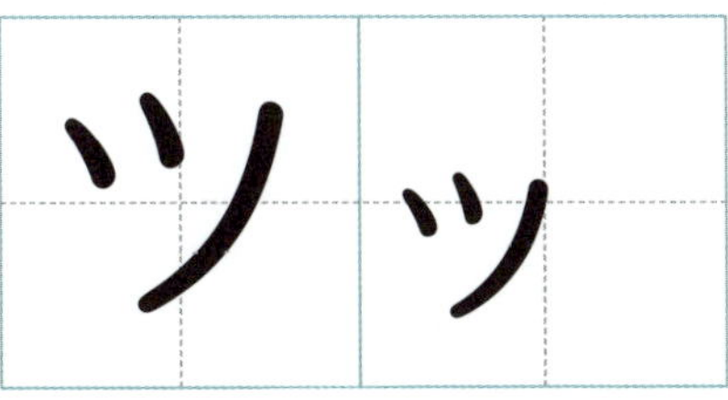

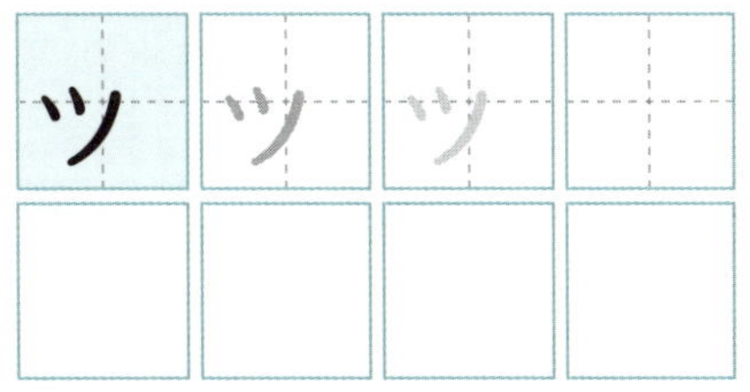

サラダ　salad　色拉　món salad ｜ デート　date　约会　hẹn hò ｜ ドア　door　门　cửa ra vào
サッカー　soccer　足球　môn bóng đá

TRACK 3-18

1.

☞

タ　ツ　ド　デ　ト

テ　ダ　チ

TRACK 3-19

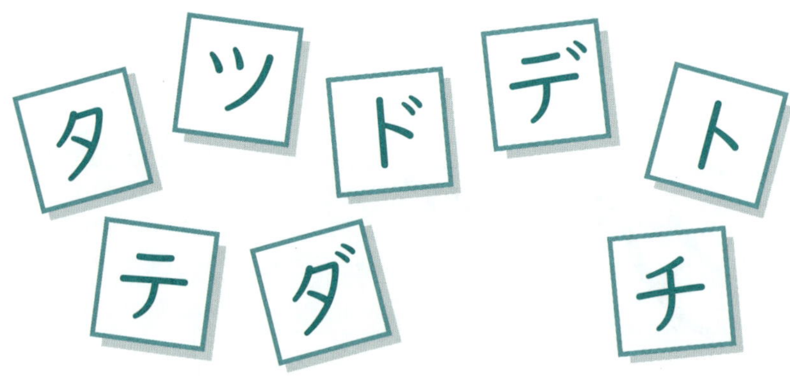

2.

タ オ ル　　サ ラ ダ　　タ ク シ ー

チ ー ズ　　ツ ア ー　　デ ー ト

テ ー ブ ル　　テ ス ト　　ド ア　　ト イ レ

コ ー ド　　シ ー ツ　　サ ッ カ ー

タオル　towel　毛巾　khăn bông ｜ チーズ　cheese　干酪　phô mai
テーブル　table　桌子　bàn ăn, bàn dành cho nhiều người ｜ コード　cord　电线　dây điện
シーツ　sheet　床单　ga trải giường

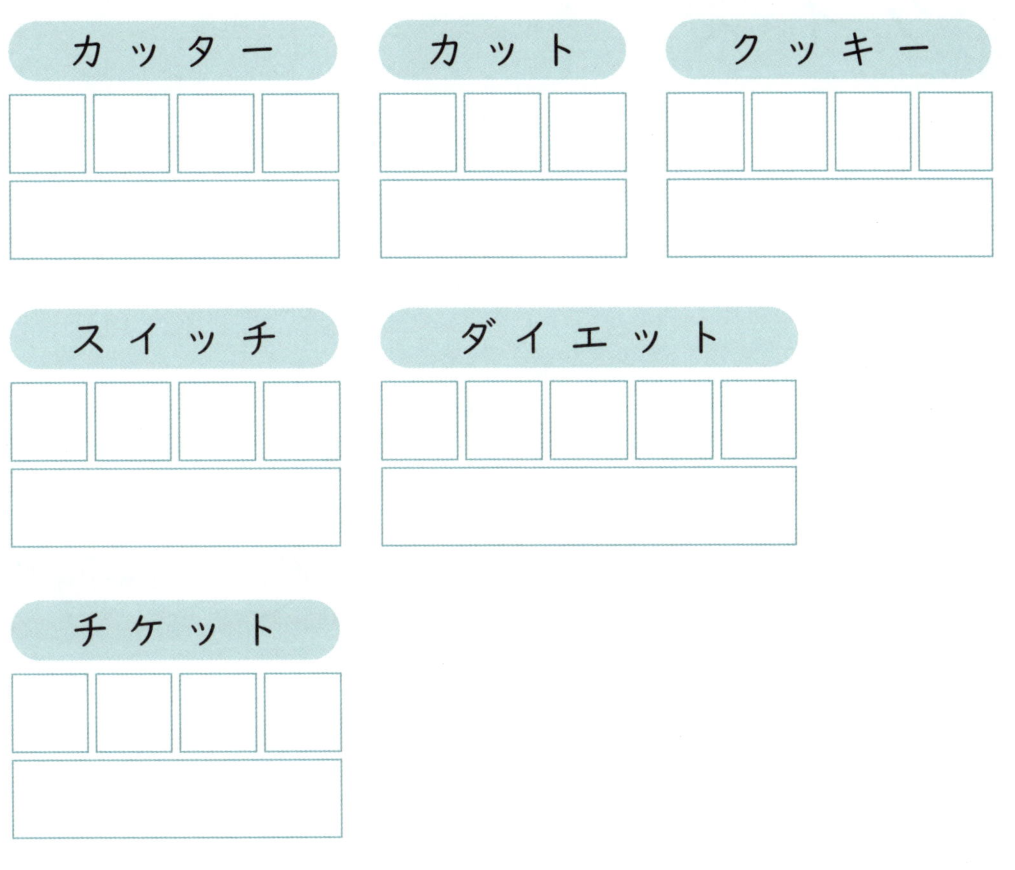

TRACK 3-20

8章 Q クイズ

TRACK 3-21

1\. ① ② ③ ④ ⑤ ⑥

2\. ①

②

③

④

⑤

⑥

① ② ③

④ ⑤ レ ⑥

TRACK 3-22

3\.

① ②

③ ④

⑤ ⑥

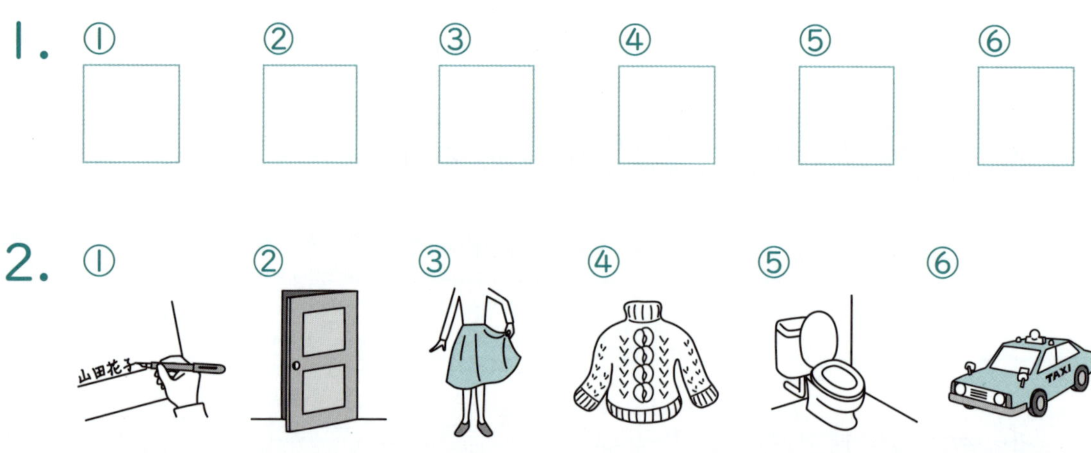

ことばの　ひろば〔へやの　なか〕

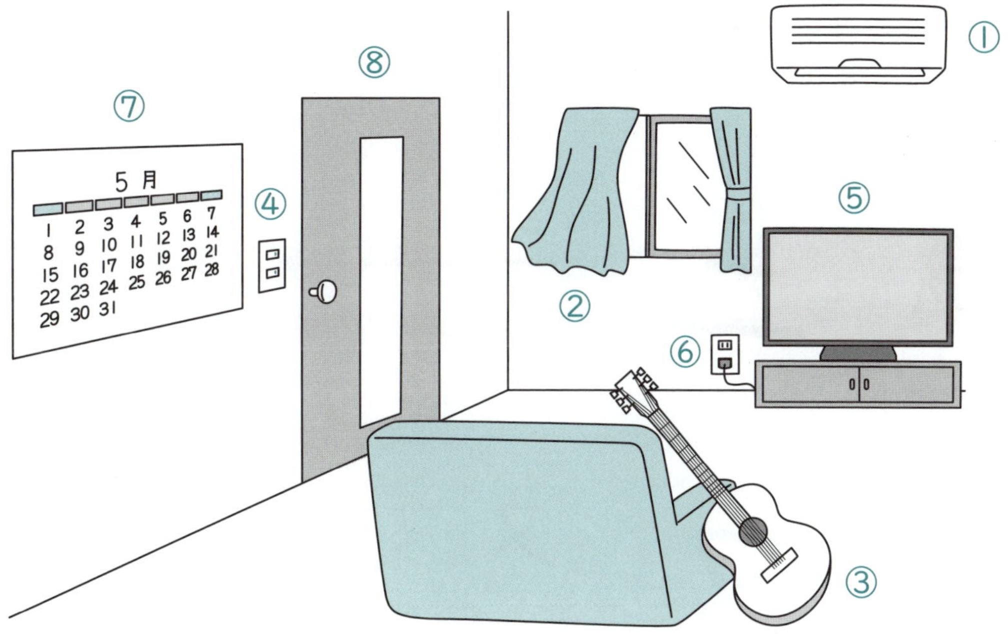

Q：なにが　ありますか。

A：エアコンが　あります。

---

①エアコン　②カーテン　③ギター　④スイッチ　⑤テレビ
⑥コンセント　⑦カレンダー　⑧ドア

エアコン　air conditioner　一种空调机　điều hòa｜カーテン　curtain　窗帘　rèm cửa
ギター　guitar　吉他　đàn guitar｜スイッチ　switch　开关　công tắc｜テレビ　television　电视　ti vi
コンセント　outlet, plug　插座　ổ cắm｜カレンダー　calendar　年历　lịch｜ドア　door　门　cửa ra vào

9章(しょう) 1 ナニヌネノ

TRACK 3-24

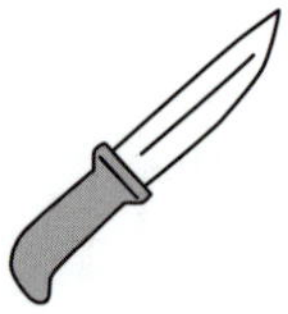

ナイフ

ナ ナ ナ

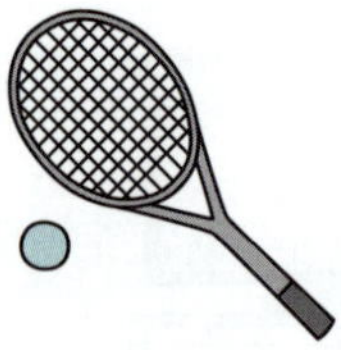

テニス

ニ ニ ニ

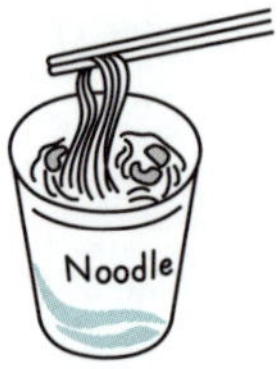

ヌードル

ヌ ヌ ヌ

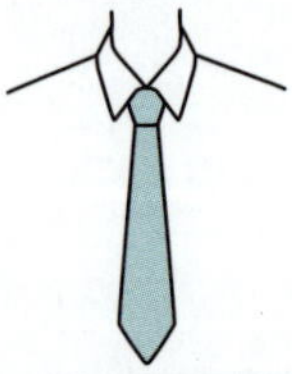

ネクタイ

ネ ネ ネ

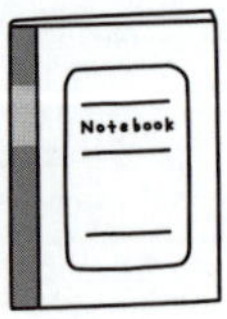

ノート

ノ ノ ノ

ナイフ knife 小刀 con dao ｜テニス tennis 网球 môn tennis ｜ヌードル noodles 面条 mỳ sợi ｜ネクタイ necktie 领带 ca vát ｜ノート notebook 笔记本 sổ ghi chép, quyển vở

9章 2 ハヒフヘホ

TRACK 3-25

ハンガー

ハ

ハ ハ ハ

ハイヒール

ヒ

ヒ ヒ ヒ

フラダンス

フ

フ フ フ

ヘリコプター

ヘ

ヘ ヘ ヘ

ホテル

ホ

ホ ホ ホ

ハンガー　hanger　衣架　mắc treo quần áo　| ハイヒール　high heel　高跟鞋　giày cao gót　| フラダンス　hula dance　草裙舞　điệu nhảy Hula truyền thống của người Hawaii　| ヘリコプター　helicopter　直升机　máy bay trực thăng　| ホテル　hotel　宾馆　khách sạn

1.

2.

ナイフ

ネクタイ

ヌードル

ノート

ハイヒール

ハンバーガー

ヘリコプター

ホッチキス

ホテル

テニス

ハンバーガー　hamburger　汉堡包　món hamburger ｜ ホッチキス　stapler　订书机　cái dập ghim

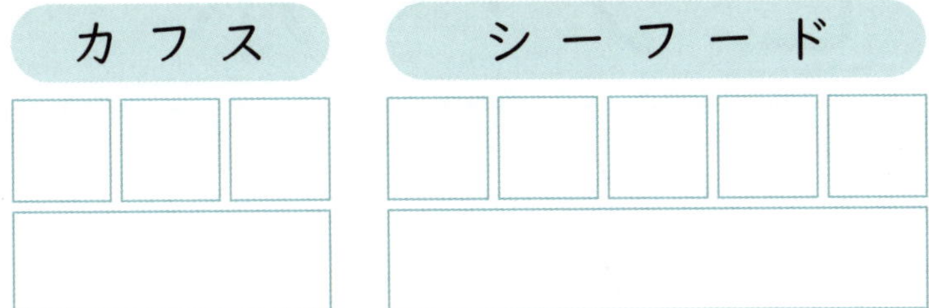

TRACK 3-28

3.

① ② ③ ④

⑤ ⑥ ⑦ ⑧

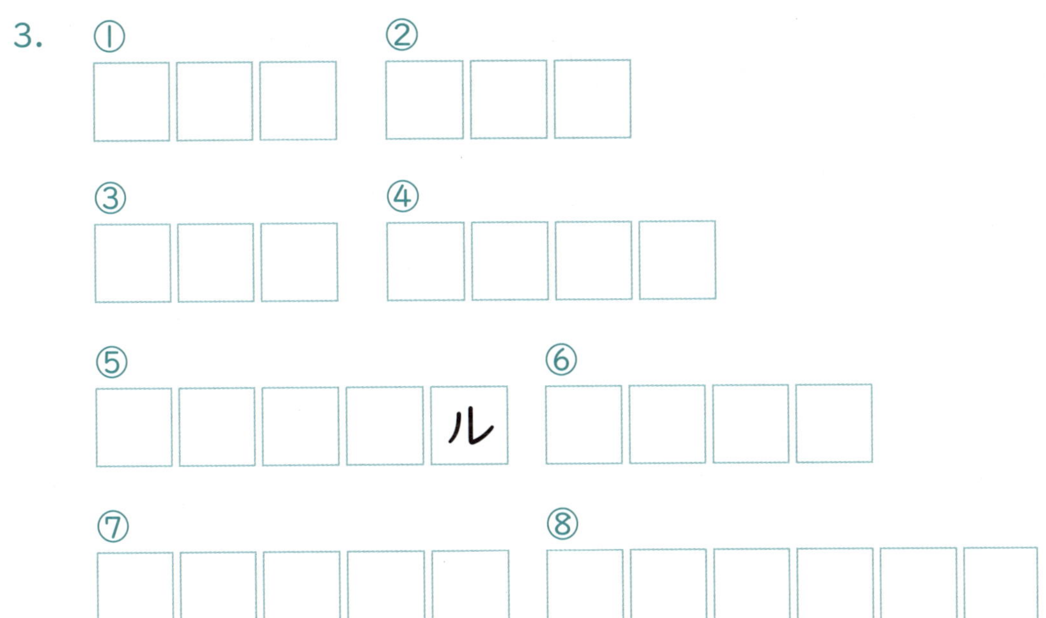

カフス　cuff button　袖扣　cổ tay áo │ シーフード　seafood　海鮮　hải sản

9章 3 バビブベボ

TRACK 3-29

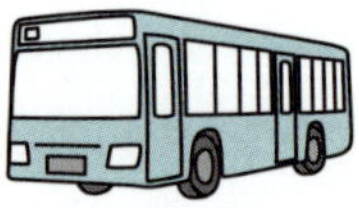

バス

バ

バ バ バ

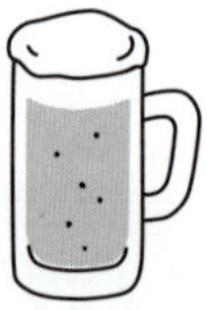

ビール

ビ

ビ ビ ビ

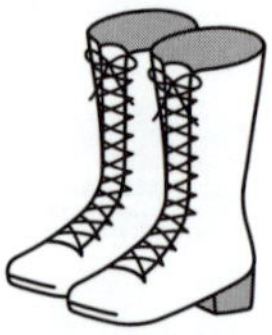

ブーツ

ブ

ブ ブ ブ

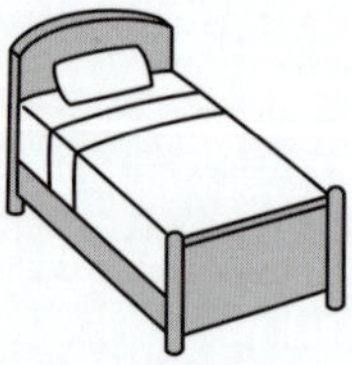

ベッド

ベ

ベ ベ ベ

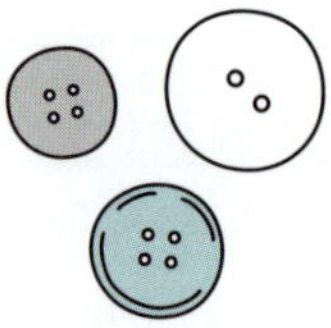

ボタン

ボ

ボ ボ ボ

バス bus 巴士 xe bus | ビール beer 啤酒 bia | ブーツ boots 靴子 bốt, ủng | ベッド bed 床 giường
ボタン button 按钮 nút bấm, khuy áo

9章 しょう 4　パピプペポ

パソコン

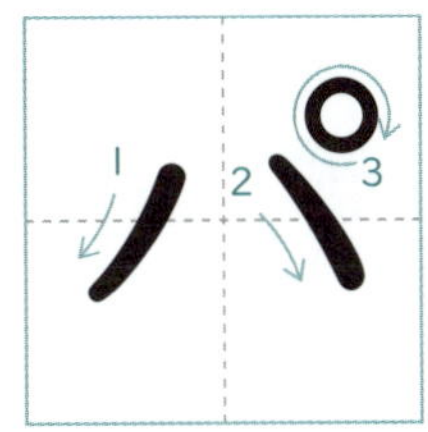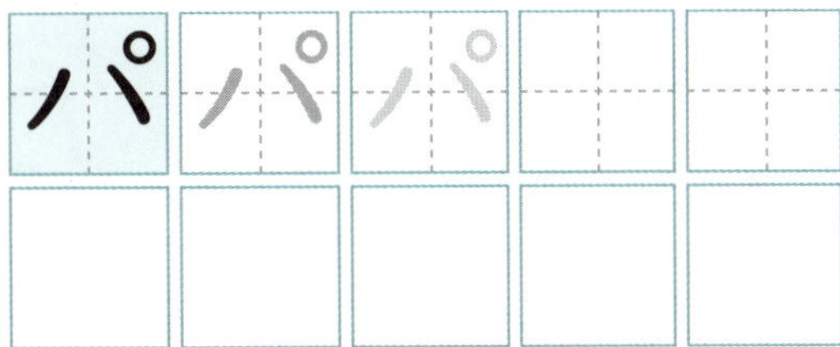

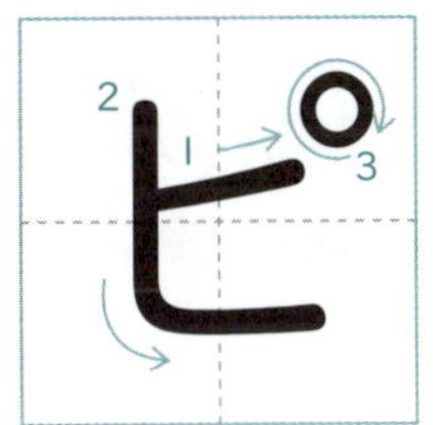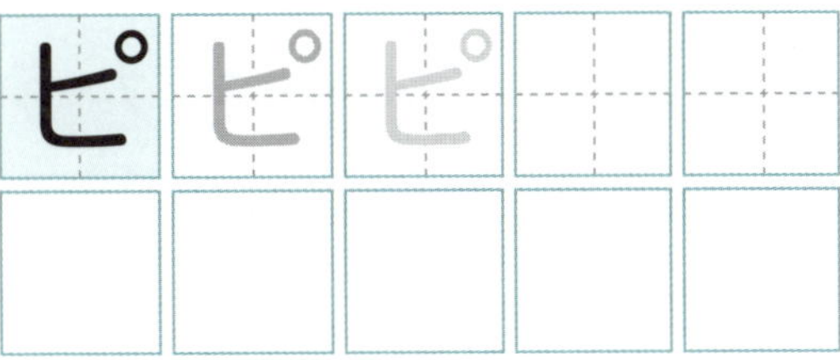

ピアノ

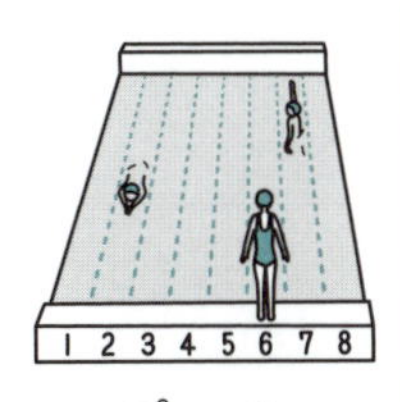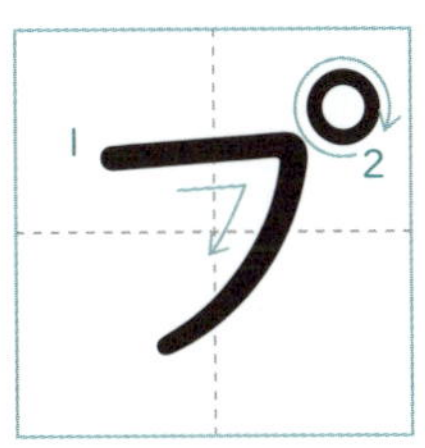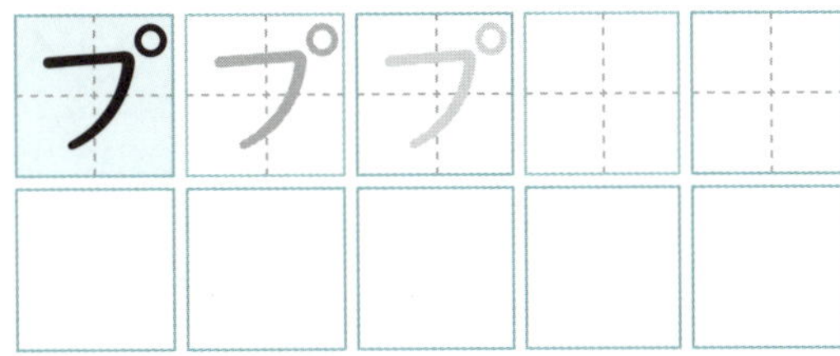

プール

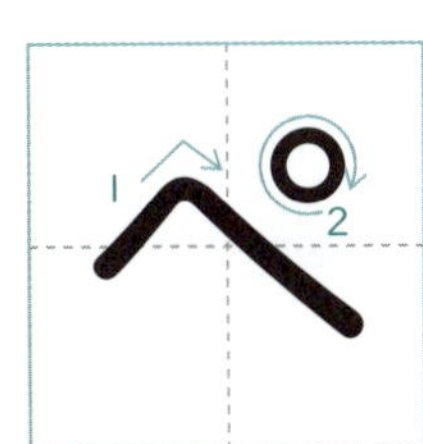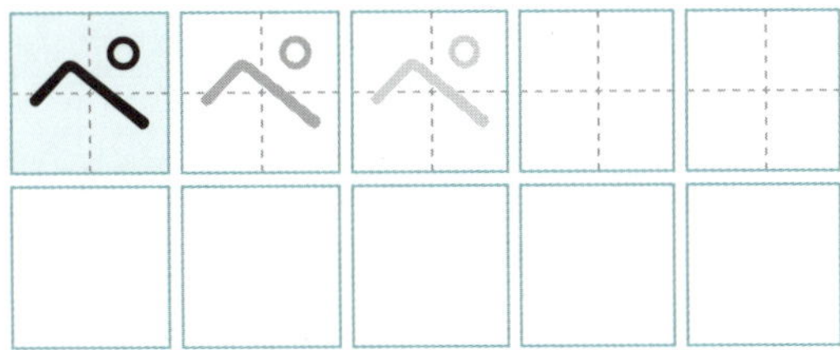

ペン

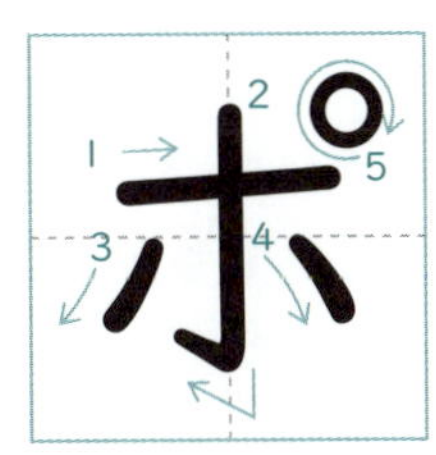

ポスト

パソコン　personal computer　电脑　máy tính xách tay ｜ピアノ　piano　钢琴　đàn piano
プール　swimming pool　游泳池　bể bơi ｜ペン　pen　笔　bút bi, bút máy ｜ポスト　post　邮箱　hòm thư

TRACK 3-31

1.

☞

バ ペ ビ ベ ピ
ブ パ ポ プ ボ

TRACK 3-32

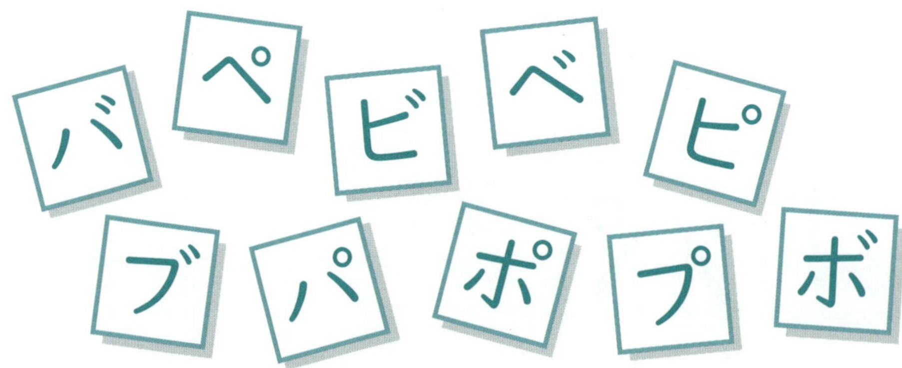

2.

バッグ

バナナ

ビール

パソコン

パスポート

プール

ペット

ペットボトル

スパイス

スピーチ

バッグ bag 包 túi xách, giỏ xách | バナナ banana 香蕉 chuối | パスポート passport 护照 hộ chiếu
ペット pet 宠物 thú cưng, động vật cảnh | ペットボトル plastic bottle 塑料瓶 chai nhựa
スパイス spice 香料 gia vị, hương liệu | スピーチ speech 演讲 bài phát biểu, bài diễn thuyết

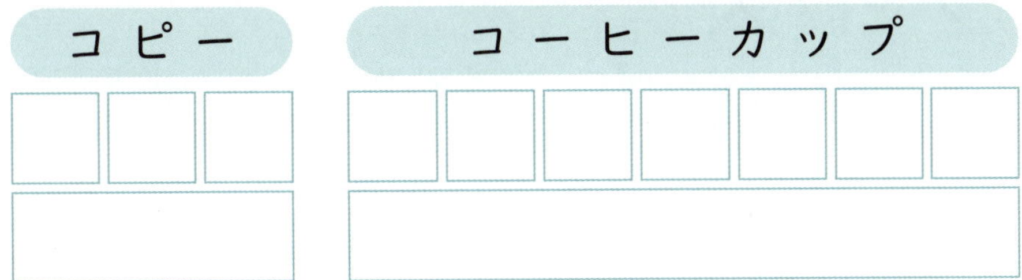

TRACK 3-33

3.

① ② ル ③

④ ⑤ ル

⑥ ⑦

⑧

コピー　copy　拷贝　sự sao chép, copy │ コーヒーカップ　coffee cup　咖啡杯　tách cà phê (có quai cầm)

9章(しょう) Q クイズ

TRACK 3-34

1. ① ② ③ ④ ⑤ ⑥

2. ① ② ③ ④ ⑤ ⑥

①

②

③

④

⑤

⑥

TRACK 3-35

3.

①

②

③

④

⑤

⑥

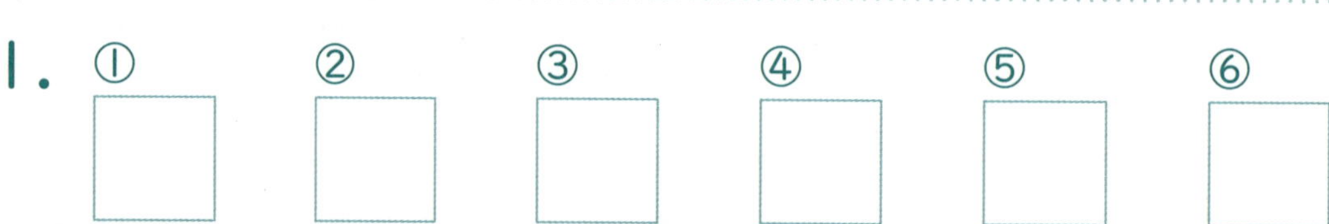

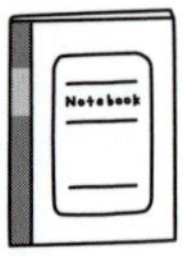

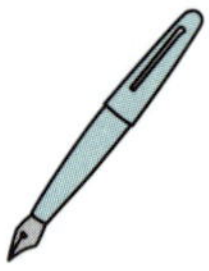

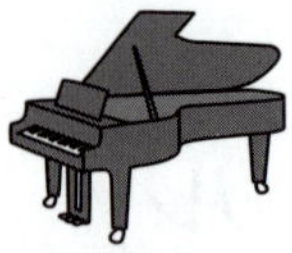

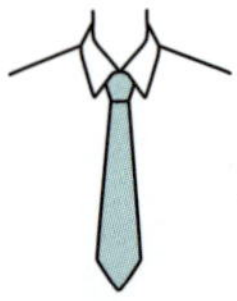

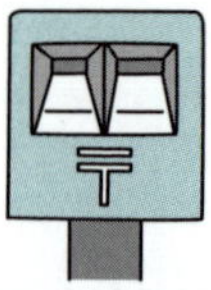

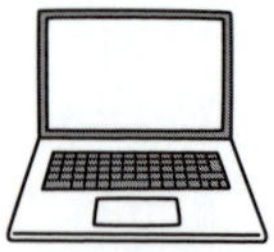

ことばの　ひろば〔IT〕

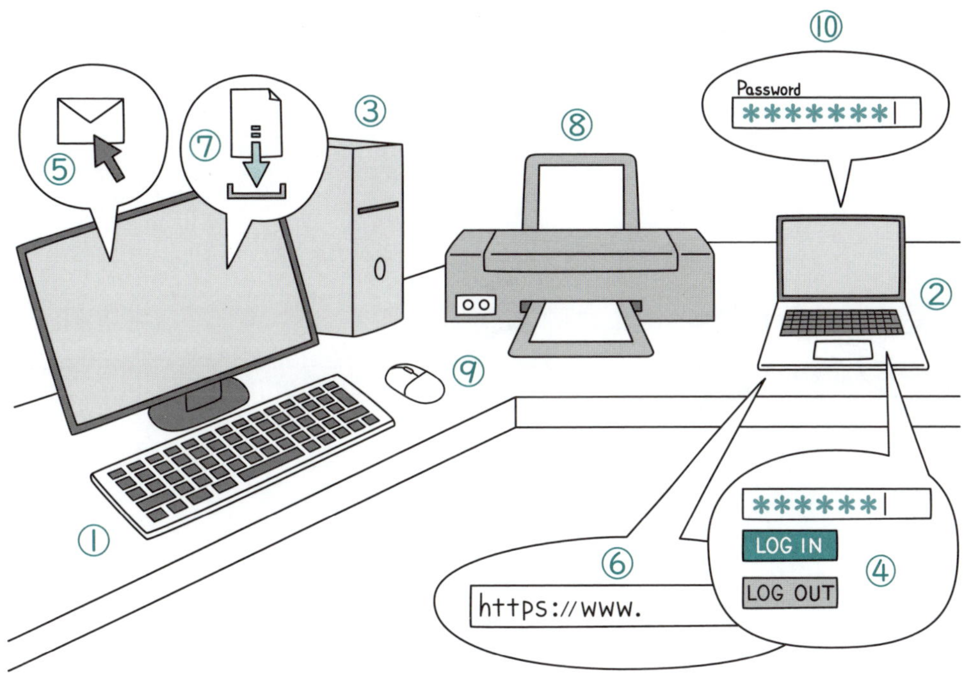

①キーボード　②ノートパソコン　③デスクトップパソコン
④ログイン／ログアウト　⑤Eメール　⑥インターネット
⑦ダウンロード　⑧プリンター　⑨マウス　⑩パスワード

IT（アイティー）　IT (Information Technology)　IT（信息技术）　IT (công nghệ thông tin)
キーボード　keyboard　键盘　bàn phím │ノートパソコン　laptop computer　笔记本电脑　máy tính xách tay
デスクトップパソコン　desktop computer　台式电脑　máy tính cá nhân để bàn
ログイン　log-in　登入　log-in, đăng nhập │ログアウト　log-out　登出　log-out, đăng xuất
Eメール　e-mail　电子邮件　email, thư điện tử │インターネット　internet　互联网　internet
ダウンロード　download　下载　download, tải xuống │プリンター　printer　打印机　máy in
マウス　mouse　鼠标　con chuột (máy tính) │パスワード　password　密码　password, mật khẩu

マ ミ ム メ モ

TRACK 3-37

		マ	マ マ		

マスク

		ミ	ミ ミ		

ミント

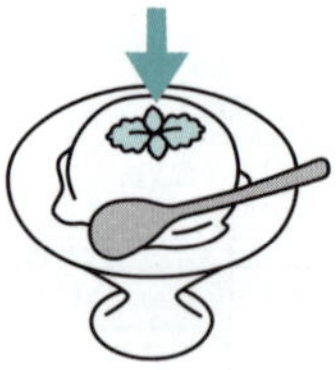

		ム	ム ム		

ハム

		メ	メ メ		

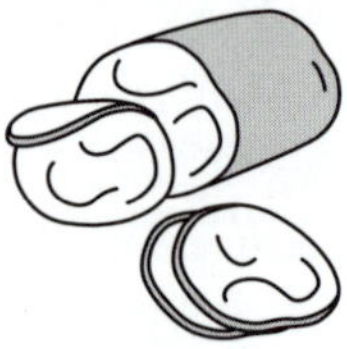

メロン

		モ	モ モ		

モップ

マスク　mask　口罩　mặt nạ, khẩu trang │ ミント　mint　薄荷　bạc hà │ ハム　ham　火腿　giăm bông, thịt nguội │
メロン　melon　甜瓜　quả dưa lưới │ モップ　mop　拖把　cây lau nhà

10章 2　ヤ　ユ　ヨ

ダイヤ

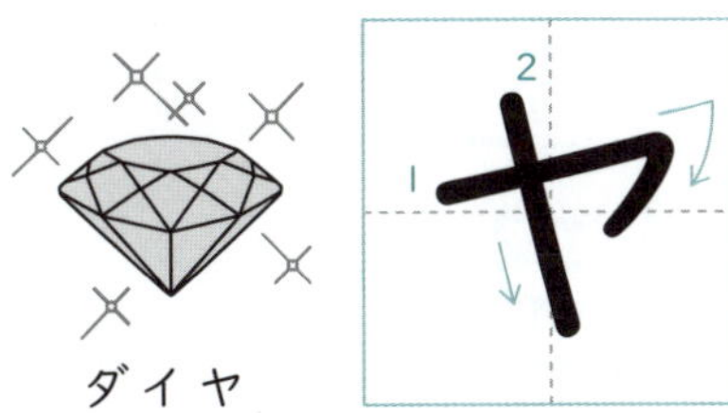

ユニセフ

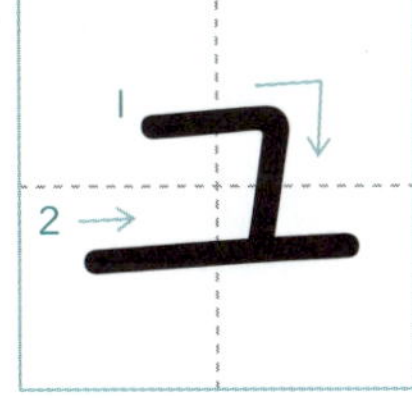

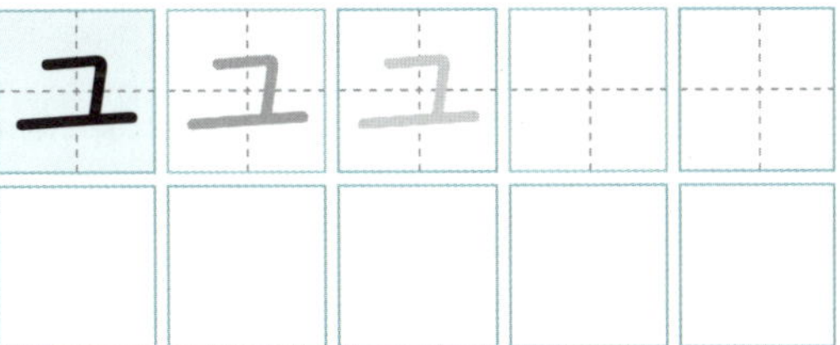

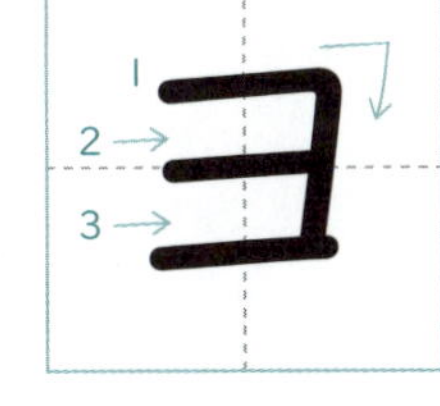
ヨット

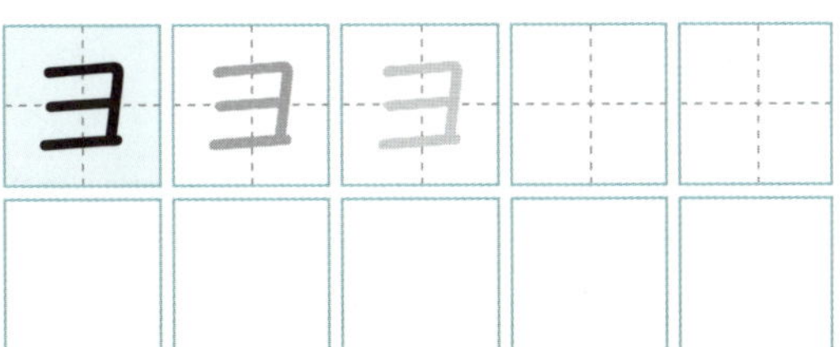

ダイヤ　diamond　钻石　kim cương ｜ ユニセフ　UNICEF　联合国儿童基金会　quỹ nhi đồng Liên hiệp quốc UNICEF
ヨット　yacht　帆船　thuyền buồm nhỏ

TRACK 3-39

1.

☞

マ モ ユ ミ メ

ヤ ム ヨ

TRACK 3-40

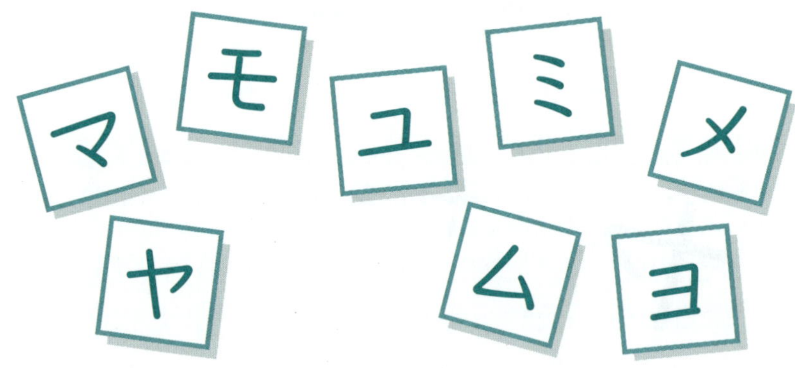

2.

マウス

マスク

マッチ

ミント

メロン

モップ

ユーモア

ユニセフ

ヨーグルト

ヨット

マウス mouse 鼠标 con chuột máy tính | マッチ match 火柴 diêm
ユーモア humor 幽默 khiếu hài hước, sự hài hước | ヨーグルト yogurt 酸奶 sữa chua

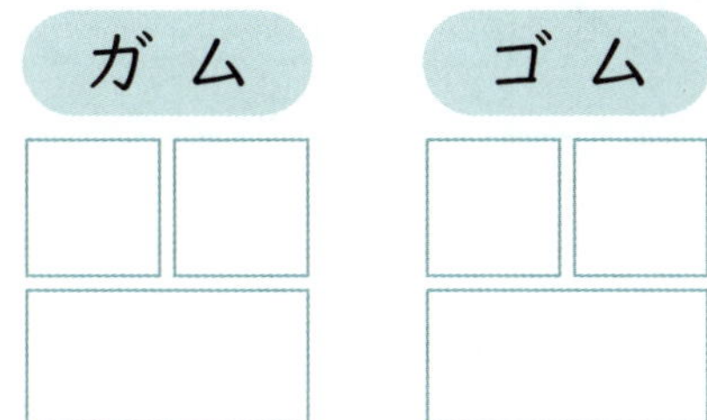

TRACK 3-41

3.

① ② ③ ロ

④ ⑤

⑥ ⑦ ル

ガム　gum　口香糖　kẹo cao su ｜ ゴム　rubber　橡皮　cao su, dây chun, tẩy

10章 (しょう) 3

ラ リ ル レ ロ ワ

TRACK 3-42

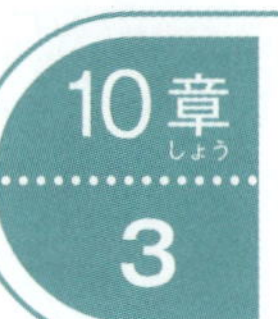

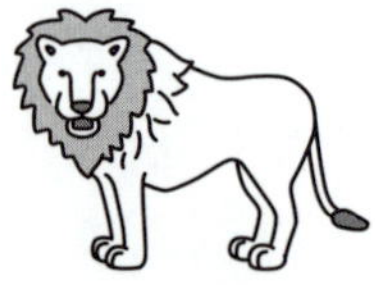

ライオン

ラ ラ ラ ラ

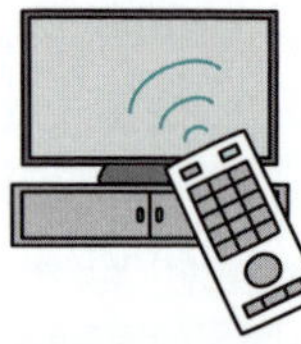

リモコン

リ リ リ リ

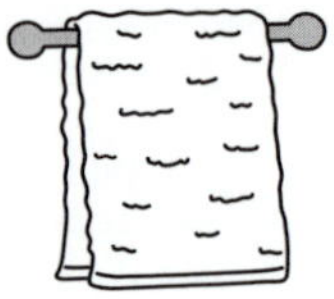

タオル

ル ル ル ル

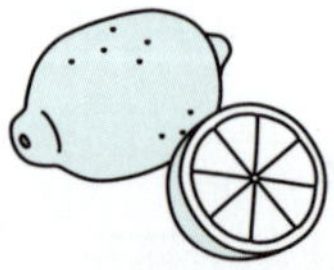

レモン

レ レ レ レ

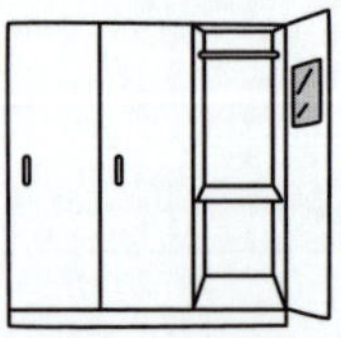

ロッカー

ロ ロ ロ ロ

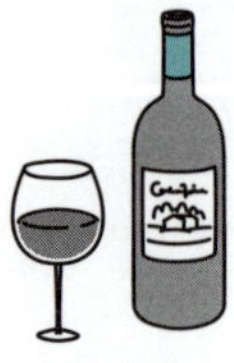

ワイン

ワ ワ ワ ワ

ライオン lion 狮子 con hổ | リモコン remote controller 遥控器 điều khiển từ xa
タオル towel 毛巾 khăn bông | レモン lemon 柠檬 quả chanh | ロッカー lockers 储物柜 tủ khóa để đồ
ワイン wine 葡萄酒 rượu vang

TRACK 3-43

1.

☞ リ ル レ ワ ラ ロ

TRACK 3-44

2.

ラ ジ オ

ラ ン ニ ン グ

ル ビ ー

レ ス ト ラ ン

レ イ ン コ ー ト

ロ ケ ッ ト

ワ イ ン

ワ ン ピ ー ス

TRACK 3-45

3.　① ② ③ ④

ラジオ　radio　收音机　đài radio ｜ ランニング　running　跑步　môn chạy bộ ｜ ルビー　ruby　红宝石　đá ruby, đá hồng ngọc ｜ レストラン　restaurant　餐厅　nhà hàng ăn, tiệm ăn ｜ レインコート　raincoat　雨衣　áo mưa ロケット　rocket　火箭　tên lửa rocket ｜ ワンピース　dress　连衣裙　váy liền thân

10章（しょう） Q

クイズ

TRACK 3-46

1. ①　②　③　④　⑤

2. ①　②　③　④　⑤

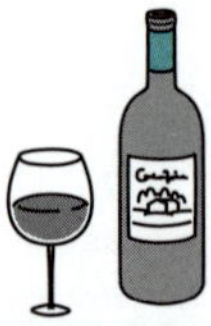

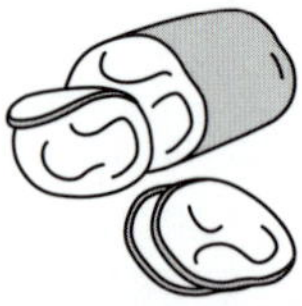

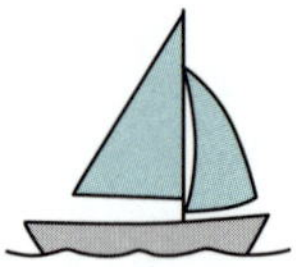

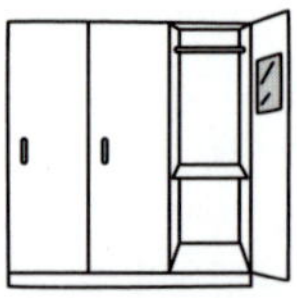

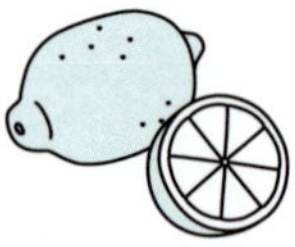

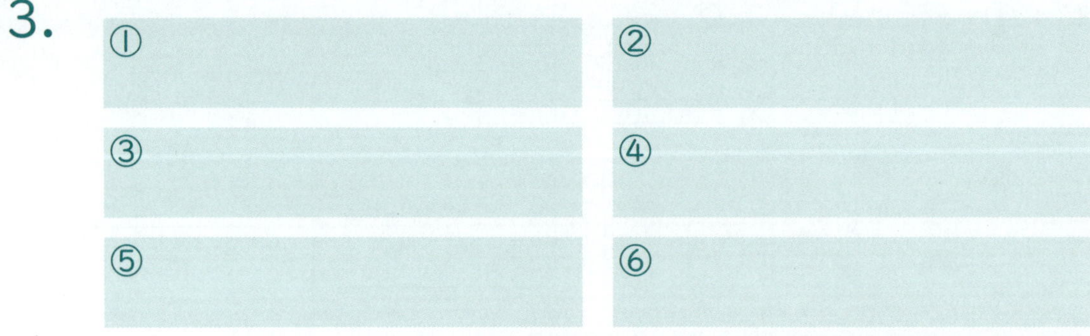

①　②

③　④

⑤

TRACK 3-47

3. ①　②

③　④

⑤　⑥

ことばの　ひろば　[しゅみ]

TRACK 3-48

Q：しゅみは　なんですか。
A：わたしの　しゅみは　カラオケです。

① カラオケ　② バイオリン　③ ピアノ　④ ギター　⑤ ハイキング
⑥ チェス　⑦ ゲーム　⑧ スポーツ　⑨ サイクリング　⑩ マラソン
⑪ スイミング　⑫ スキー　⑬ スケート　⑭ スノーボード
⑮ バレーボール　⑯ テニス　⑰ サッカー　⑱ バスケットボール

しゅみ　hobby　兴趣　sở thích ｜ カラオケ　karaoke　卡拉 OK　karaoke ｜ バイオリン　violin　小提琴　đàn vi ô lông
ピアノ　piano　钢琴　đàn pian ｜ ギター　guitar　吉他　đàn guitar ｜ ハイキング　hiking　徒步旅行　môn leo núi
チェス　chess　国际象棋　môn cờ vua ｜ ゲーム　game　游戏　game, trò chơi điện tử ｜ スポーツ　sport　体育　thể
thao ｜ サイクリング　bicycle ride　自行车运动　môn đạp xe ｜ マラソン　marathon　马拉松　môn marathon ｜ スイミ
ング　swimming　游泳　môn bơi lội ｜ スキー　ski　滑雪　môn trượt tuyết ｜ スケート　skate　滑冰　môn trượt băng
nghệ thuật ｜ スノーボード　snowboard　单板滑雪　môn trượt ván tuyết ｜ バレーボール　volleyball　排球　môn bóng
chuyền ｜ テニス　tennis　网球　môn tennis ｜ サッカー　soccer　足球　môn bóng đá ｜ バスケットボール　basketball
篮球　môn bóng rổ

カタカナ　テスト

1. かきましょう。

a	i	u	e	o
ka	ki	ku	ke	ko
sa	shi	su	se	so
ta	chi	tsu	te	to
na	ni	nu	ne	no
ha	hi	fu	he	ho
ma	mi	mu	me	mo
ya		yu		yo
ra	ri	ru	re	ro
wa				(o)
				n

ga	gi	gu	ge	go
za	ji	zu	ze	zo
da			de	do
ba	bi	bu	be	bo
pa	pi	pu	pe	po

2. これはなんですか。

① ② ③ ④ ⑤

⑥ ⑦ ⑧ ⑨ ⑩

3. きいて、ことばを　かきましょう。

① ② ③

④ ⑤ ⑥

4. きいて、ぶんを　かきましょう。

①

②

③

④

⑤ Q：

A：

⑥

11章(しょう) 1 キャキュキョ ギャギュギョ

TRACK 4-01

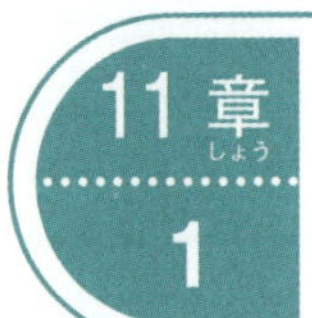

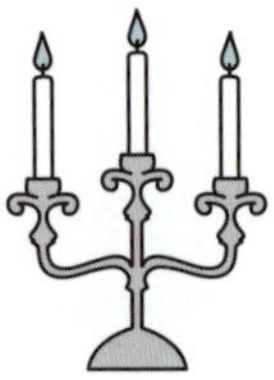

キャンドル

キャ キャ キャ

キュ キュ キュ

キョ キョ キョ

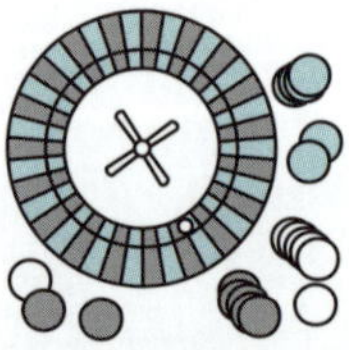

ギャンブル

ギャ ギャ ギャ

ギュ ギュ ギュ

ギョ ギョ ギョ

キャンドル　candle　蜡烛　nến ｜ ギャンブル　gamble　赌博　cờ bạc, cá cược

1.

☞

ギュ　ギャ　キョ　キャ　ギョ　キュ

2.

キャンセル

キャンプ

ギャラ

キャンパス

キューピット

ギャング

ギャグ

ギャザー

3.

① ② ③

④ ⑤

⑥ ⑦

キャンセル　cancel　取消　sự hủy bỏ｜キャンプ　camp　露営　việc cắm trại｜ギャラ　performance fee　报酬　thù lao, tiền cát-xê｜キャンパス　campus　校园　khuôn viên trường học, trường đại học｜キューピット　cupid　丘比特　thần tình yêu Cupid｜ギャング　gang　黑帮　đầu gấu, găng tơ, tổ chức xã hội đen｜ギャグ　gag　噱头　lời nói, hành động gây cười｜ギャザー　gathering　皱褶　xếp ly

11章 2 シャシュショ ジャジュジョ

TRACK 4-05

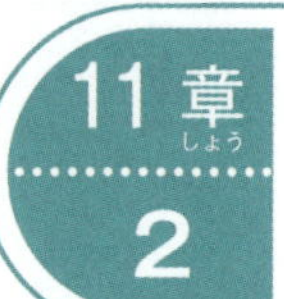

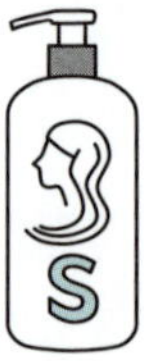

シャンプー

シャ　シャ　シャ

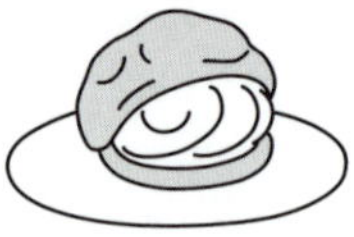

シュークリーム

シュ　シュ　シュ

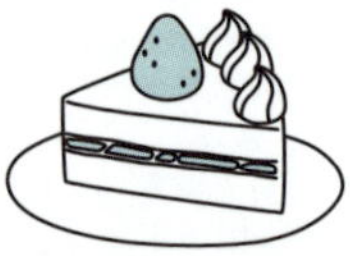

ショートケーキ

ショ　ショ　ショ

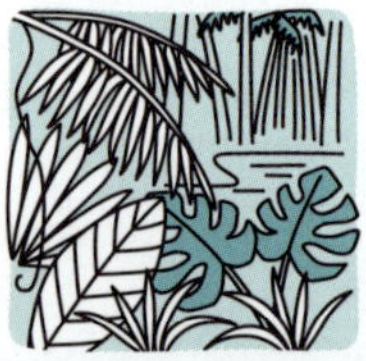

ジャングル

ジャ　ジャ　ジャ

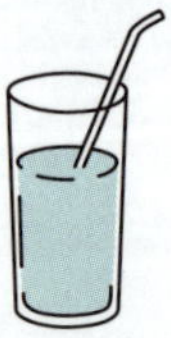

ジュース

ジュ　ジュ　ジュ

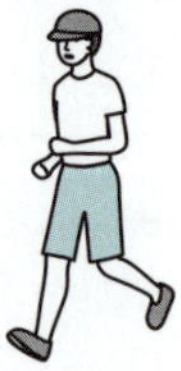

ジョギング

ジョ　ジョ　ジョ

シャンプー　shampoo　洗发水　dầu gội đầu ｜ シュークリーム　cream puff　泡芙　bánh su kem
ショートケーキ　shortcake　奶油蛋糕　bánh kem shortcake (loại bánh bông lan phủ kem, bên trên thường được trang trí bằng dâu tây hoặc các loại hoa quả khác) ｜ ジャングル　jungle　丛林　rừng rậm nhiệt đới
ジュース　juice　果汁　nước sinh tố ｜ ジョギング　jogging　慢跑　môn đi bộ để luyện tập cơ thể

TRACK 4-06

1. ☞

ジャ　シュ　ショ　ジュ　ジョ　シャ

TRACK 4-07

2.

シャベル

シャワー

ジュース

シュークリーム

ジャングル

ショートケーキ

カジュアル

TRACK 4-08

3.
① ② ③ ④ ⑤ ⑥

シャベル　shovel　铁锹　cái xẻng ｜ シャワー　shower　淋浴　vòi hoa sen
カジュアル　casual　休闲　bình thường, đơn giản, không câu nệ hình thức

11 章(しょう) 3

チャチュチョ ニャニュニョ

TRACK 4-09

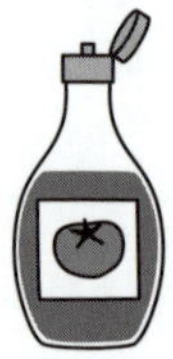

ケチャップ

チャ　チャ　チャ

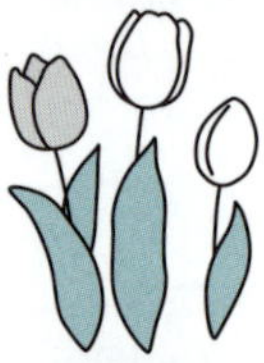

チューリップ

チュ　チュ　チュ

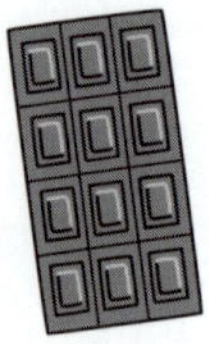

チョコレート

チョ　チョ　チョ

ニャ　ニャ　ニャ

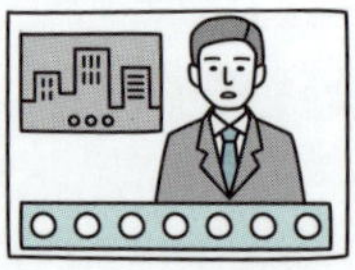

ニュース

ニュ　ニュ　ニュ

ニョ　ニョ　ニョ

ケチャップ　ketchup　蕃茄酱　tương cà chua ｜チューリップ　tulip　郁金香　hoa tulip ｜チョコレート　chocolate　巧克力　Sô cô la ｜ニュース　news　新闻　tin tức, thời sự

TRACK 4-10

1.

☞

チャ　ニュ　ニョ　チュ　ニャ　チョ

TRACK 4-11

2.

チャンス

チャイム

ケチャップ

チューリップ

チョコレート

ニューヨーク

ニュージーランド

TRACK 4-12

3.

① ② ③ ④ ⑤ ⑥

チャンス　chance　机会　cơ hội｜チャイム　chime　门铃　chuông, chuông hòa âm (nhạc cụ)
ニューヨーク　New York　纽约　New York (thuộc Mỹ)｜ニュージーランド　New Zealand　新西兰　New Zealand

クイズ

TRACK 4-13

1.

① ☐☐　② ☐☐　③ ☐☐　④ ☐☐

⑤ ☐☐　⑥ ☐☐　⑦ ☐☐　⑧ ☐☐

2.

① ② ③ ④ ⑤ ⑥

① ☐☐☐☐☐☐　② ☐☐☐☐

③ ☐☐☐☐　④ ☐☐☐☐☐

⑤ ☐☐☐☐☐　⑥ ☐☐☐☐☐

TRACK 4-14

3.

①
②
③
④

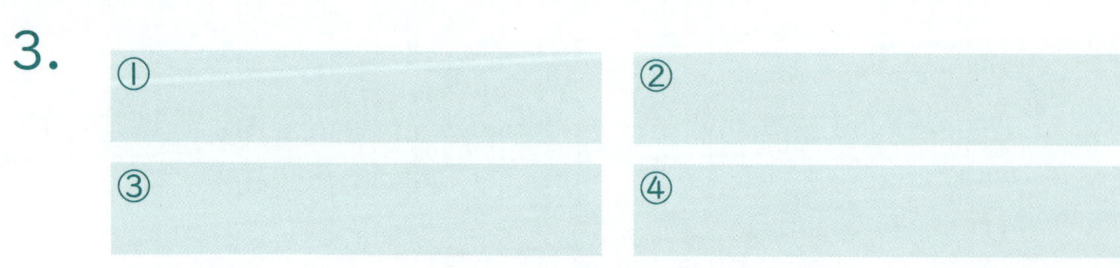

ことばの ひろば 〔ファッション〕

◆ なにを きていますか。

①ネクタイ　②ジャケット　③ズボン　④ワイシャツ　⑤ベルト
⑥スーツ　⑦セーター　⑧ブラウス　⑨スカート　⑩バッグ
⑪ストッキング　⑫イヤリング・ピアス　⑬ネックレス
⑭マフラー　⑮ハイヒール　⑯サンダル　⑰ブーツ

ファッション　fashion　时尚　thời trang ｜ ネクタイ　tie　领带　cái cà vạt ｜ ジャケット　jacket　外套　áo khoác
ズボン　trousers　裤子　quần dài ｜ ワイシャツ　dress shirt　衬衫　áo sơ mi trắng
ベルト　belt　皮带　dây an toàn, thắt lưng ｜ スーツ　suit　西装　vest ｜ セーター　sweater　毛衣　áo len
ブラウス　blowse　女式衬衫　áo cánh ｜ スカート　skirt　裙子　chân váy ｜ バッグ　bag　包　túi xách
ストッキング　stocking　连裤袜　quần tất ｜ イヤリング　earrings　耳环　khuyên tai kẹp
ピアス　pierced earrings　耳环　khuyên đeo tai, mũi, môi,... ｜ ネックレス　necklace　项链　vòng cổ
マフラー　scarf　围巾　khăn quàng cổ ｜ ハイヒール　high-heeled shoes　高跟鞋　giày cao gót
サンダル　sandals　凉鞋　dép xăng đan, dép quai hậu ｜ ブーツ　boot　靴子　bốt, ủng

12章(しょう) 1 ヒャヒュヒョ ビャビュビョ ピャピュピョ

TRACK 4-16

ヒャ ヒャ

ヒュ ヒュ

ヒョ ヒョ

ビャ ビャ

ビュ ビュ

ビョ ビョ

ピャ ピャ

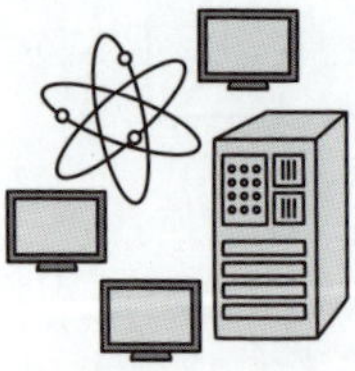

コンピューター

ピュ ピュ

ピョ ピョ

コンピューター　computer　计算机　máy tính để bàn

TRACK 4-17

1.

☞

| ビュ | ピョ | ピュ | ヒョ | ビョ |

| ヒュ | ヒャ | ピャ | ビャ |

TRACK 4-18

2.

ヒューマン　　　ヒューズ

コンピューター

ポピュラー　　　プレビュー

TRACK 4-19

3.　① ② ③ ④ ⑤

12章(しょう) 2

ミャミュミョ リャリュリョ

TRACK 4-20

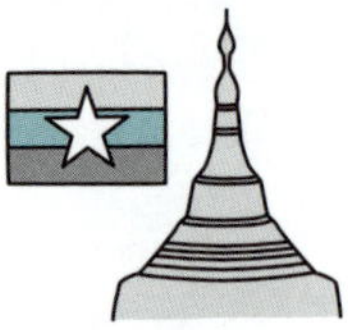

ミャンマー

ミャ　ミャ　ミャ

ミュ　ミュ　ミュ

ミョ　ミョ　ミョ

リャ　リャ　リャ

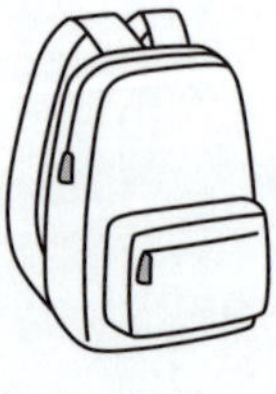

リュックサック

リュ　リュ　リュ

リョ　リョ　リョ

ミャンマー　Myanmar　缅甸　Myanma ｜ リュックサック　backpack　背包　ba lô

TRACK 4-21

1.

☞　リュ　ミョ　ミュ　リャ　リョ　ミャ

TRACK 4-22

2.

ミャンマー

ミュンヘン

リュックサック

ボリューム

ミョンドン

ミュージック

TRACK 4-23

3.　①　　　　②

③　　　　④

ミュンヘン　Munich　慕尼黑　Munich (Đức)　｜ボリューム　volume　体积　âm lượng, lượng (bữa ăn lượng nhiều), vùng ghi nhớ dữ liệu (máy tính)　｜ミョンドン(明洞)　Myeongdong　明洞　Phố Myeongdong (Seoul, Hàn Quốc)　｜ミュージック　music　音乐　âm nhạc

とくべつな　おと

1.

			シェ	
			チェ	
ツァ			ツェ	ツォ
	ティ			
ファ	フィ		フェ	フォ
			ジェ	
	ディ			
		デュ		

			イェ	
	ウィ		ウェ	ウォ
クァ	クィ		クェ	クォ
	ツィ			
		トゥ		
グァ				
		ドゥ		
ヴァ	ヴィ	ヴ	ヴェ	ヴォ
		テュ		
		フュ		
		ヴュ		

TRACK 4-24

2.

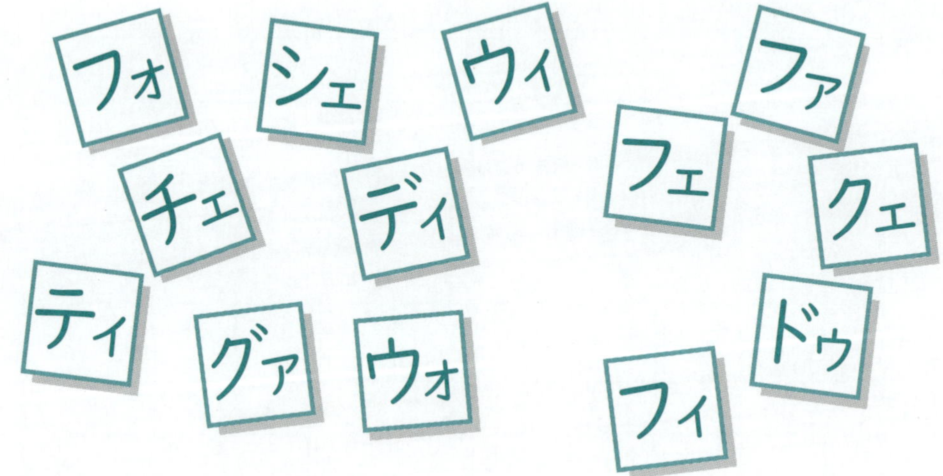

3.

ファイル file 档案 file lưu tài liệu, file (máy tính) ｜ チェック check 核对 sự kiểm tra, sự đánh dấu ｜ ウェブサイト website 网站 trang web ｜ ファックス fax 传真 fax (điện sao, điện thư) ｜ レモンティー lemon tea 柠檬茶 trà chanh ｜ フェンシング fencing 击剑 môn đấu kiếm ｜ ディズニーランド Disneyland 迪士尼乐园 công viên giải trí Disneyland ｜ ストップウォッチ stopwatch 秒表 đồng hồ bấm giờ ｜ インフォメーション information 信息 thông tin ｜ チョコレートパフェ chocolate parfait 巧克力芭菲 món tráng miệng có kem, socola và hoa quả

TRACK 4-26

◆なにを　たべますか。

①カレーライス　②ステーキ　③ハンバーグ　④スパゲッティ
⑤オムライス　⑥サンドイッチ　⑦パン　⑧ライス　⑨スープ
⑩サラダ　⑪ストロベリーパフェ　⑫アイスクリーム
⑬ショートケーキ

メニュー　menu　菜单　thực đơn ｜カレーライス　curry and rice　咖喱饭　cơm cà ri ｜ステーキ　steak　牛排　món bò bít tết ｜ハンバーグ　hamburger steak　汉堡肉　món hăm-bơ-gơ ｜スパゲッティ　spaghetti　意大利面条　món mỳ Ý ｜オムライス　rice omelet　蛋包饭　món omurice (cơm cuộn trứng kiểu Nhật) ｜サンドイッチ　sandwich　三明治　món sandwich ｜パン　bread　面包　bánh mỳ ｜ライス　rice　米饭　cơm ｜スープ　soup　汤　món súp ｜サラダ　salad　色拉　món salad ｜ストロベリーパフェ　strawberry parfait　草莓芭菲　món parfait dâu tây (món tráng miệng có kem, sữa, dâu tây...) ｜アイスクリーム　ice cream　冰淇淋　kem ｜ショートケーキ　shortcake　蛋糕　bánh kem shortcake (loại bánh bông lan phủ kem, bên trên thường được trang trí bằng dâu tây hoặc các loại hoa quả khác)

TRACK 4-27

◆なにを　のみますか。

①コーヒー　②レモンティー　③オレンジジュース　④コーラ
⑤ココア　⑥ビール　⑦ワイン

コーヒー　coffee　咖啡　cà phê ｜ レモンティー　tea with lemon　柠檬茶　trà chanh
オレンジジュース　orange juice　橙汁　sinh tố cam ｜ コーラ　Coke　可乐　Coca-Cola
ココア　cocoa / hot chocolate　可可　cacao ｜ ビール　beer　啤酒　bia ｜ ワイン　wine　葡萄酒　rượu vang

カタカナ　そうまとめテスト

1. かきましょう。

kya	kyu	kyo	gya	gyu	gyo
sha	shu	sho	ja	ju	jo
cha	chu	cho	nya	nyu	nyo
hya	hyu	hyo	bya	byu	byo
pya	pyu	pyo	mya	myu	myo
rya	ryu	ryo			

2. かきましょう。

① ② ③

④ ⑤ ⑥

TRACK 4-28

3. きいて、ことばを　かきましょう。

①　　　　　　　　　②

③　　　　　　　　　④

⑤　　　　　　　　　⑥

TRACK 4-29

4. きいて、ぶんを　かきましょう。

①

②

③

④

⑤

カタカナ　タスク

1. どちらですか。

① ビル　・　ビール　　　② スーツ　・　スープ

③ カッタ　・　カッター　　④ バター　・　バッター

⑤ サッカ　・　サッカー　　⑥ メタル　・　メダル

⑦ クラス　・　グラス　　　⑧ ゴム　・　コーム

⑨ チョッキ　・　ジョッキ　⑩ テスト　・　テイスト

2. きいて、かきましょう。

やま　⇒　マスク　⇒　① ＿＿＿＿＿　⇒　しお

⇒　② ＿＿＿＿＿　　⇒　③ ＿＿＿＿＿　　⇒　④ ＿＿＿＿＿

⇒　⑤ ＿＿＿＿＿　　⇒　⑥ ＿＿＿＿＿　　⇒　⑦ ＿＿＿＿＿

3. きいて、かきましょう。

① ＿＿＿＿＿　と　＿＿＿＿＿　に　のりました。

②へやに＿＿＿＿＿　と　＿＿＿＿＿　が　あります。

③あさ＿＿＿＿＿　と　＿＿＿＿＿　を　たべます。

④あした＿＿＿＿＿　が　ありますから、＿＿＿＿＿　します。

TRACK 4-33

4. きいて、かきましょう。

7：00	おきました。
7：15	① ＿＿＿＿＿ を　たべました。② ＿＿＿＿＿ を　のみました。
	③ ＿＿＿＿＿ を　よみました。④ ＿＿＿＿＿ を　みました。
8：00	⑤ ＿＿＿＿＿ で　＿＿＿＿＿ へ　いきました。
9：00	⑥ ＿＿＿＿＿ で　＿＿＿＿＿ しました。
12：00	⑦ ＿＿＿＿＿ で　＿＿＿＿＿ を　かいました。
14：00	⑧ ＿＿＿＿＿ へ　いきました。
15：00	⑨ ＿＿＿＿＿ で　＿＿＿＿＿ を　かいました。
	うちへ　かえりました。
17：00	⑩ ＿＿＿＿＿ を　のみました。
20：00	⑪ ＿＿＿＿＿ を　みました。
21：00	⑫ ＿＿＿＿＿ に　はいりました。
22：00	⑬ ＿＿＿＿＿ に　＿＿＿＿＿ しました。
23：00	ねました。

わたしは、サッカーがすきです。

コンサートへいきました。

プレゼントをもらいました。

Q: すきな　スポーツは　なんですか。

A:

Q: どこの　くにへ　りょこうしましたか。

A:

Q: きっさてんで　なにを　のみますか。

A:

わたしは、ともだちとオーストラリアへいきました。カンガルーやコアラといっしょにしゃしんをとりました。

◆あなたの　ゆめは　なんですか。

◆あなたの　しゅみは　なんですか。

◆あなたの　くには　どんなところですか。

ひらがな　解答

◆ １章

P23　①いえ　　②あお　　　③いいえ　④え　　　　⑤うえ　⑥あい
P25　①あか　　②かお　　　③きかい　④け　　　　⑤かい
P27　①けが　　②かぎ　　　③かいぎ　④ごご　　　⑤がいこく
P28　①えいが　②ごうけい　③えいご　④こうこう　⑤くうき

◆クイズ

P29　１．①い　　　　②お　　　　③き　　　④け　　　⑤が　　　⑥ご
　　　２．①いえ　　　②かぎ　　　③こうえん　④えいが　⑤けが
　　　３．①あい　　　②かい　　　③えき　　　④あか　　⑤うがい　⑥ごご
　　　　　⑦えいご　　⑧かいぎ　　⑨こうこう　⑩がいこく

◆ ２章

P31　①いす　　②かさ　　　③せかい　④すし　　　⑤うそ　　　⑥がくせい
P33　①かぜ　　②じこ　　　③そうじ　④かず　　　⑤あじ　　　⑥かぞく
P35　①くつ　　②ちず　　　③つくえ　④て　　　　⑤とけい　　⑥ちかてつ
P37　①うで　　②かど　　　③どこ　　④だいず　　⑤でぐち　　⑥だいがく
P38　①きって　②ざっし　　③がっこう　④あさって　⑤きっさてん　⑥せっけん

◆クイズ

P39　１．①と　　　　②だ　　　　③ち　　　④つ　　　⑤す　　　⑥ざ
　　　２．①かさ　　　②とけい　　③ざっし　④そうじき　⑤きって
　　　３．①いす　　　②ちず　　　③つくえ　④でぐち　　⑤がっこう　⑥くつした
　　　　　⑦だいがく　⑧ごうかく　⑨かぞく　⑩こうこう

◆ことばの　ひろば（にほんじんの　なまえ）

P40　１．さ→し→す→せ→そ→た→ち→つ→て→と
P41　４．①かとう　②ささき　③さいとう　④すだ　⑤えだ　⑥しおた
　　　５．①いしい　②いとう　たかし　　③すずき　ただし

◆ ３章

P43　①ねつ　②あに　③さかな　④おとな　⑤のど　　⑥おかね
P45　①はし　②ふく　③ひがし　④はな　　⑤ほね　　⑥ひこうき
P47　①なべ　②くび　③ぼうし　④ぶどう　⑤たばこ　⑥こいびと

◆クイズ

P74　1．①じゅ　　②ちょ　　　③きょう　　　④しょう
　　　2．①じしょ　②しゃしん　③ちきゅう　　④じゅうどう
　　　　　⑤ぎゅうにゅう　　　　⑥しょうがっこう
　　　3・①ちゅうしゃじょう　　②きゅうきゅうしゃ　③しゅっぱつ　④ちきゅう
　　　　　⑤ゆうびんきょく　　　⑥しゃちょう

◆6章
　しょう

P79　①ゆにゅう　　②こんにゃく　③にゅういん　④にょうぼう　⑤にゅうしゃ
P81　①びょういん　②さんびゃく　③ろっぴゃく　④ひょうざん　⑤ひゃくえん
　　　⑥びょうき
P83　①りょこう　　②みゃく　　③みょうじ　　④さんみゃく　⑤りゅうがく
　　　⑥りょうしん

◆クイズ

P84　1．①にょ　　　②びゅ　　　③りゅ　　　④みゃ
　　　2．①りょこう　②びょういん　③みょうじ　④ひゃくえん　⑤にゅうどうぐも
　　　3．①りゅうがく　②にゅういん　③ろっぴゃく　④ひょうざん
　　　　　⑤りょうしん　⑥こんにゃく

◆ひらがな　そうまとめテスト

P86　1．→P20、21参照
　　　　　　　　さんしょう
　　　2．①しゃしん　　②りょこう　③にんぎょう　④ちょきん　　　⑤びょういん
　　　　　⑥ぎゅうにゅう⑦ひゃくえん　⑧こんにゃく　⑨ゆうびんきょく　⑩うちゅう
P87　3．①にんぎょ　　②だいとうりょう　③さんびゃく　④そつぎょう
　　　　　⑤ちゅうい　　　⑥じんじゃ

◆ひらがな　タスク

P88　1．①きって　②にんぎょう　③かぎ　　④かいしゃ　⑤ぎんいろ　⑥さんばい
　　　　　⑦ますだ　⑧かんばん　　⑨びょういん　⑩ちょっと
　　　2．①いす　②すし　③しお　④おかね　⑤ねこ　　⑥こども　　⑦もんだい
P89　3．①じ　う　よ　く
　　　　　②み　せ　を　い
　　　　　③よ　ざ　ま
　　　4．①ちょっと　みせてください　②これを　ください　③いくらですか　④ちょうど

◆ 7章
しょう

P100　①キー　②ケーキ　③クラス　④アンケート　⑤アイス

◆ クイズ

P101　1. ①ア　②オ　③ン　④カ　⑤ケ　⑥ゴ
　　　2. ①ケーキ　②ガム　③ゲーム　④エアコン　⑤アイロン　⑥カーテン
　　　3. ①インク　②ココア　③ケーキ　④キー　⑤ウインク　⑥カーテン

◆ 8章
しょう

P105　①サイン　②ソース　③サイズ　④スカート
　　　⑤ジーンズ　⑥ソーセージ　⑦シーソー　⑧プレゼント
P109　①ドア　②テスト　③チーズ　④デート
　　　⑤タクシー　⑥テーブル　⑦コード

◆ クイズ

P110　1. ①タ　②シ　③デ　④ス　⑤チ　⑥ツ
　　　2. ①サイン　②ドア　③スカート　④セーター　⑤トイレ　⑥タクシー
　　　3. ①シーツ　②ジーンズ　③タオル　④デート　⑤ツアー　⑥スーパー

◆ 9章
しょう

P115　①ナイフ　②テニス　③ノート　④ネクタイ
　　　⑤ハイヒール　⑥ハンガー　⑦ホッチキス　⑧ハンバーガー
P119　①ベッド　②ビール　③バッグ　④パソコン
　　　⑤ペットボトル　⑥スピーチ　⑦パスポート　⑧コーヒーカップ

◆ クイズ

P120　1. ①ナ　②フ　③バ　④ホ　⑤ビ　⑥プ
　　　2. ①ノート　②ペン　③ピアノ　④ネクタイ　⑤ポスト　⑥パソコン
　　　3. ①ハンガー　②コピー　③バナナ　④カフス　⑤ホッチキス　⑥ハンバーガー

◆ 10章
しょう

P125　①ガム　②ハム　③メロン　④マッチ　⑤ユーモア　⑥ユニセフ　⑦ヨーグルト
P127　①ルビー　②ロッカー　③レストラン　④ワイン

◆ **クイズ**

P128　1．①ラ　　　②ヨ　　　③メ　　　④ム　　　⑤ワ
　　　2．①ワイン　②ハム　　③ヨット　④ロッカー　⑤レモン
　　　3．①ガム　　②ヨット　③ライオン　④レストラン　⑤レインコート
　　　　　⑥ヨーグルト

◆ **カタカナ　テスト**

P130　1．P94参照。
P131　2．①タクシー　②エアコン　③ビール　　④トイレ　　⑤テスト　⑥ベッド
　　　　　⑦タオル　　⑧カーテン　⑨スイッチ　⑩ヘリコプター
　　　3．①カーテン　②ジーンズ　③チケット　④スポーツ　⑤ハンバーガー
　　　　　⑥ペットボトル
　　　4．①スーパーで　ヨーグルトと　メロンと　レモンを　かいました。
　　　　　②なつは　スイミング　ふゆは　スキーを　します。
　　　　　　わたしは　スポーツが　すきです。
　　　　　③レストランで　デートを　しました。ワインを　のんで、ダイヤの
　　　　　　ゆびわを　プレゼントしました。
　　　　　④デパートへ　セーターと　スカート、ブーツを　かいに　いきます。
　　　　　⑤Q：すみません。ペンと　ホッチキスは　どこに　ありますか。
　　　　　　A：テーブルの　うえの　パソコンの　よこに　あります。
　　　　　⑥パスポートや　キーは　じぶんの　バッグや　ロッカーに　いれてください。

◆ **11章**

P133　①キャンプ　　②ギャグ　　　③ギャング　④ギャラ　⑤キューピット
　　　⑥キャンセル　⑦キャンドル
P135　①シャベル　　②ジャングル　③ジュース　④カジュアル　⑤シャワー
　　　⑥ジョギング
P137　①ケチャップ　②ニュース　　③チャンス　④ニューヨーク　⑤チャイム
　　　⑥チューリップ

◆ **クイズ**

P138　1．①チュ　②キャ　③ショ　④ギュ　⑤ジャ　⑥チョ　⑦キョ　⑧ニュ
　　　2．①チューリップ　②ジュース　③ニュース　④ギャンブル
　　　　　⑤シャンプー　　⑥キャンドル
　　　3．①ジャングル　　②ニューヨーク　③キャンプ　④シュークリーム

P141　①ヒューズ　　②ヒューマン　③コンピューター　④ポピュラー　⑤プレビュー
P143　①ミュンヘン　②ミョンドン　③ボリューム　　　④リュックサック

◆カタカナ　そうまとめテスト

P148　1．P 94 参照。
P149　2．①コンピューター　②リュックサック　　③キャンドル　　　④シャンプー
　　　　　⑤ジャングル　　　⑥ニュース
　　　3．①チョコレート　　②チューリップ　　　③シュークリーム　④キャンセル
　　　　　⑤カジュアル　　　⑥チャイム
　　　4．①きっさてんで　コーヒーと　オレンジジュースを　ちゅうもんします。
　　　　　②しょくじを　しました。それから、ミルクティーを　のみました。
　　　　　③デパートで　ワイシャツと　ネクタイを　かいました。
　　　　　④なつやすみに　ともだちと　キャンプを　します。
　　　　　⑤ともだちに　ぎんの　スプーンを　もらいました。

◆カタカナ　タスク

P150　1．①ビール　②スープ　　③カッター　　④バッター　　⑤サッカー
　　　　　⑥メダル　⑦クラス　　⑧ゴム　　　⑨ジョッキ　　⑩テスト
　　　2．①くし　　②オートバイ　③インク　　④くるま　　　⑤まど
　　　　　⑥ドア　　⑦アイスクリーム
　　　3．①でんしゃ・タクシー　　②カレンダー・とけい　　③パン・ヨーグルト
　　　　　④テスト・べんきょう
P151　4．①パン　　②ぎゅうにゅう　③しんぶん　④テレビ　　　⑤バス・がっこう
　　　　　⑥きょうしつ・べんきょう　⑦コンビニ・サンドイッチ　⑧びじゅつかん
　　　　　⑨デパート・かばん　⑩ビール　⑪ニュース　⑫おふろ
　　　　　⑬りょうしん・でんわ

	さんびゃく	three hundred	三百	ba trăm	81
	さんみゃく	mountain range	山脉	dãy núi, rặng núi	82
し	しお	salt	盐	muối	22, 31
	じこ	accident	事故	tai nạn, sự cố	33
	じしょ	dictionary	辞典	từ điển	66
	じしん	earthquake	地震	động đất	59
	しっぽ	tail	尾巴	cái đuôi	48
	しつもん	question	提问	câu hỏi	59
	じゃぐち	tap	水龙头	vòi nước	77
	しゃしん	photo	照片	bức ảnh	66
	しゃちょう	company president	总经理	giám đốc	69
	しゃもじ	rice paddle	饭杓	cái muôi/thìa xới cơm	76
	じゅうどう	judo	柔道	môn nhu đạo judo	70
	じゅぎょう	lesson	课程	giờ học	67
	しゅくだい	homework	作业	bài tập về nhà	66
	しゅじん	husband	主人	chồng mình	61
	しゅっぱつ	departure	出发	việc xuất phát	73
	しゅみ	hobby	兴趣	sở thích	67, 129
	しょうがっこう	elementary school	小学	trường tiểu học	71
	しょうじ	shoji paper door	纸拉门	cửa kéo, vách ngăn (bằng giấy, gỗ)	75
	しょうぼうしょ	fire station	消防站	trạm cứu hỏa	85
	しょくじ	meal	饭食	bữa ăn, việc ăn cơm	67
	じょせい	woman	女人	nữ giới, phụ nữ	66
	しょっき	tablewares	餐具	dụng cụ dùng để ăn (bát đĩa, thìa, đũa,...)	70
	しんごう	signal	信号	đèn giao thông, tín hiệu, dấu hiệu	59
	じんじゃ	shrine	神社	đền thờ	66
	しんぶん	newspaper	报纸	tờ báo, báo chí	58
す	すいはんき	rice cooker	电饭煲	nồi cơm điện	76
	すし	sushi	寿司	món sushi	30
せ	ぜい	tax	税	thuế	33
	せいざ	sitting on one's heels	跪坐	kiểu ngồi quỳ gối	32
	せかい	world	世界	thế giới	31
	せき	cough	咳嗽	ho	31
	せっけん	soap	肥皂	xà phòng	38, 77
	せなか	back	背部	lưng	30, 51
	せんざい	detergent	去污剂	chất tẩy rửa (nước giặt, xà phòng, nước rửa chén...)	77
	せんせい	teacher	老师	cô giáo, thầy giáo	59
	せんたくき	wash machine	洗衣机	máy giặt	77
	せんめんじょ	bathroom	盥洗室	bồn rửa mặt, bồn rửa tay	77
そ	ぞう	elephant	象	con voi	32
	そうじ	cleaning	打扫	việc dọn dẹp	33
	そうじき	vacuum cleaner	吸尘器	máy hút bụi	30
	そつぎょう	graduation	毕业	việc tốt nghiệp	73
	そふ	grandfather	祖父	ông	61
	そぼ	grandmother	祖母	bà	47, 61
た	だいがく	university, college	大学	đại học	36
	たいじゅうけい	weight scale	体重计	cái cân	77
	だいず	soybean	大豆	đậu tương	37
	だいとうりょう	president	总统	tổng thống	83
	だいどころ	kitchen	厨房	nhà bếp	76
	たこ	octopus	章鱼	con bạch tuộc	35
	たたみ	tatami mat	榻榻米	chiếu tatami của Nhật	75
	たばこ	cigarette	香烟	thuốc lá	47
	たんじょうび	birthday	生日	sinh nhật	72
ち	ちかてつ	subway	地铁	tàu điện ngầm	34
	ちきゅう	earth	地球	trái đất	64
	ちず	map	地图	bản đồ	32
	ちち	father	父亲	bố mình	61
	ちゃいろ	brown	褐色	màu nâu	69
	ちゃわん	bowl	碗	cái bát	69, 76
	ちゅうい	attention	注意	chú ý	73
	ちゅうごく	China	中国	Trung Quốc	69
	ちゅうしゃ	injection	注射	việc tiêm	73
	ちゅうしゃじょう	parking	停车场	bãi đỗ xe ô tô	71
	ちゅうりんじょう	bicycle parking lot	自行车停车场	bãi đỗ xe đạp	72
	ちょきん	savings	存款	tiền tiết kiệm, việc tiết kiệm tiền	68
つ	つくえ	desk	书桌	bàn học, bàn làm việc cá nhân	34, 75

	つま	wife	妻子	vợ tôi	61
	つめ	nail	指甲	móng, vuốt	51
て	て	hand	手	tay	34, 51
	でぐち	exit	出口	cửa ra vào	37
	てっぺん	top	顶端	đỉnh, ngọn	48
	てら	temple	寺院	chùa	85
	でんしゃ	train	电车	tàu điện	67
	でんわ	telephone	电话	điện thoại, việc gọi điện thoại	36
と	とけい	clock	时钟	đồng hồ	34
	どこ	where	哪里	ở đâu?	37
	としょかん	library	图书馆	thư viện	85
	ともだち	friend	朋友	bạn bè	53
	どろぼう	thief	小偷	kẻ trộm, kẻ cắp	57
な	なつ	summer	夏天	mùa hè	43
	なべ	pan, pot	锅	cái nồi	46, 76
	なまえ	name	名字	tên	53
	なんきょく	Antarctica	南极	Nam Cực	65
に	にじ	rainbow	彩虹	cầu vồng	42
	にちようび	Sunday	周日	chủ nhật	55
	にひゃく	two hundred	二百	hai trăm	81
	にほんじん	Japanese	日本人	người Nhật	40
	にゅういん	hospitalization	住院	nhập viện	79
	にゅうがく	admission	入学	nhập học	79
	にゅうしゃ	joining a company	入职	vào công ty	79
	にゅうどうぐも	bank of clouds	积雨云	cột mây lớn	78
	にょうぼう	wife	妻子	vợ	78
	にんぎょ	mermaid	美人鱼	người cá	65
	にんぎょう	doll	人偶	con búp bê	75
ね	ねこ	cat	猫	con mèo	42
	ねつ	fever	热	sốt	43
の	のど	throat	喉咙	họng	43, 51
は	は	teeth	牙	răng	51
	はいざら	ash tray	烟灰缸	gạt tàn	75
	はさみ	scissors	剪刀	cái kéo	53
	はし	chopsticks	筷子	đũa	45, 76
	はっぱ	leaf	叶子	lá cây	48
	はっぴ	happi coat	号衣	áo happi (loại áo khoác ngoài thường được mặc trong các dịp lễ hội)	48
	はな	flower	花	hoa	44
	はな	nose	鼻子	mũi	51
	はなぢ	nosebleed	鼻血	sự chảy máu cam	36
	はは	mother	妈妈	mẹ mình	61
	はみがきこ	toothpaste	牙膏	kem đánh răng	77
ひ	ひがし	east	东方	phía đông	45
	ひげ	beard, mustache	胡须	râu	45
	ひこうき	airplane	飞机	máy bay	44
	びじゅつかん	museum	美术馆	bảo tàng mỹ thuật	66, 85
	ひゃくえん	100 yen	一百日元	100 Yên	80
	ひゃっかてん	department store	百货店	cửa hàng bách hóa	81
	びょういん	hospital	医院	bệnh viện	80, 85
	びよういん	beauty parlor	美容院	hiệu cắt tóc làm đẹp	85
	びょうき	illness	疾病	sự đau ốm, bệnh tật	81
	ひょうざん	iceberg	冰山	núi băng	81
ふ	ふく	clothes	衣服	quần áo	45
	ふくろ	bag	袋子	túi	57
	ぶた	pig	猪	con lợn, con heo	46
	ぶどう	grape	葡萄	quả nho	47
	ふね	ship	船	thuyền, tàu thủy	44
	ふゆ	winter	冬天	mùa đông	55
	ふろ	bath	浴室	bồn tắm	56
へ	へいじつ	weekday	平日	ngày thường	45
	へや	room	房间	phòng	44
ほ	ぼうし	hat	帽子	cái mũ	46
	ほうちょう	kitchen knife	菜刀	dao	76
	ほし	star	星	ngôi sao	44
	ほね	bone	骨头	xương	45
	ほほ	cheek	脸颊	má	51

	ストッキング	stocking	连裤袜	quần tất	139
	ストップウォッチ	stopwatch	秒表	đồng hồ bấm giờ	145
	ストライクゾーン	strike zone	好球区	vùng hợp lệ (thuật ngữ trong bóng chày, là khoảng không gian phía trên gôn nhà, giới hạn từ đầu gối đến vai của người đánh bóng)	103
	ストロベリーパフェ	strawberry parfait	草莓芭菲	món parfait dâu tây (món tráng miệng có kem, sữa, dâu tây...)	146
	スノーボード	snowboard	单板滑雪	môn trượt ván tuyết	129
	スパイス	spice	香料	gia vị, hương liệu	118
	スパゲッティ	spaghetti	意大利面条	món mỳ Ý	146
	スピーチ	speech	演讲	bài phát biểu, bài diễn thuyết	118
	スポーツ	sport	体育	thể thao	129
	ズボン	trousers	裤子	quần dài	139
セ	セーター	sweater	毛衣	áo len	102, 139
	ゼロ	zero	零	số không, không có	103
	センス	sense	感觉	năng khiếu, gu (ăn mặc), khả năng phán đoán	104
ソ	ソース	sauce	酱汁	nước sốt	102
	ソーセージ	sausage	香肠	xúc xích	103
	ソフトクリーム	whippy ice cream	软冰激凌	kem tươi	105
タ	ダイエット	diet	减肥	việc ăn kiêng	109
	ダイヤ	diamond	钻石	kim cương	123
	ダウンロード	download	下载	download, tải xuống	121
	タオル	towel	毛巾	khăn bông	108, 126
	タクシー	taxi	出租车	taxi	106
チ	チーズ	cheese	奶酪	phô mai	103, 108
	チェス	chess	国际象棋	môn cờ vua	129
	チェック	check	核对	sự kiểm tra, sự đánh dấu	145
	チケット	ticket	门票	vé	106
	チャイム	chime	门铃	chuông, chuông hòa âm (nhạc cụ)	137
	チャンス	chance	机会	cơ hội	137
	チューリップ	tulip	郁金香	hoa tulip	136
	チョコレート	chocolate	巧克力	Sô cô la	136
	チョコレートパフェ	chocolate parfait	巧克力芭菲	món tráng miệng có kem, socola và hoa quả	145
ツ	ツアー	tour	旅行	tour du lịch	106
テ	ディズニーランド	Disneyland	迪士尼乐园	công viên giải trí Disneyland	145
	デート	date	约会	hẹn hò	107
	テーブル	table	桌子	bàn ăn, bàn dành cho nhiều người	108
	デスクトップパソコン	desktop computer	台式电脑	máy tính cá nhân để bàn	121
	テスト	test	考试	bài kiểm tra	106
	テニス	tennis	网球	môn tennis	112, 129
	テレビ	television	电视	ti vi	111
ト	ドア	door	门	cửa ra vào	107, 111
	トイレ	toilet	厕所	nhà vệ sinh	106
ナ	ナイフ	knife	小刀	con dao	112
ニ	ニュージーランド	New Zealand	新西兰	New Zealand	137
	ニュース	news	新闻	tin tức, thời sự	136
	ニューヨーク	New York	纽约	New York (thuộc Mỹ)	137
ヌ	ヌードル	noodles	面条	mỳ sợi	112
ネ	ネクタイ	necktie	领带	cà vạt	112, 139
	ネックレス	necklace	项链	vòng cổ	139
ノ	ノート	notebook	笔记本	sổ ghi chép, quyển vở	112
	ノートパソコン	laptop computer	笔记本电脑	máy tính xách tay	121
ハ	バイオリン	violin	小提琴	đàn vi ô lông	129
	ハイキング	hiking	徒步旅行	môn leo núi	129
	ハイヒール	high-heeled shoes	高跟鞋	giày cao gót	113, 139
	バス	bus	巴士	xe bus	116
	バスケットボール	basketball	篮球	môn bóng rổ	129
	パスポート	passport	护照	hộ chiếu	118
	パスワード	password	密码	password, mật khẩu	121
	パソコン	personal computer	电脑	máy tính xách tay	117
	バッグ	bag	包	túi xách, giỏ xách	118, 139
	バナナ	banana	香蕉	chuối	118
	ハム	ham	火腿	giăm bông, thịt nguội	122
	バレーボール	volleyball	排球	môn bóng chuyền	129
	パン	bread	面包	bánh mỳ	146
	ハンガー	hanger	衣架	mắc treo quần áo	113
	ハンバーガー	hamburger	汉堡包	món hamburger	114
	ハンバーグ	hamburger steak	汉堡肉	món hăm-bơ-gơ	146

日本地図
に ほん ち ず

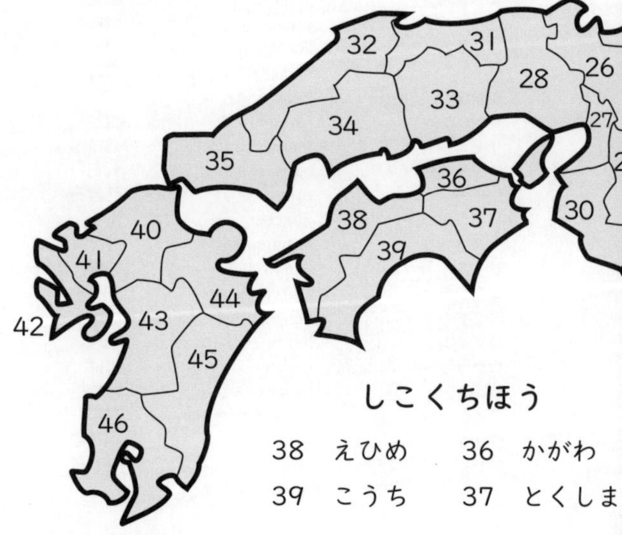

ちゅうぶちほう

15 にいがた
16 とやま
17 いしかわ
18 ふくい
19 やまなし
20 ながの
21 ぎふ
22 しずおか
23 あいち

とうほくちほう

2 あおもり
3 いわて
4 みやぎ
5 あきた
6 やまがた
7 ふくしま

1 ほっかいどう

かんとうちほう

8 いばらき
9 とちぎ
10 ぐんま
11 さいたま
12 ちば
13 とうきょう
14 かながわ

世界地図
せ か い ち ず

ポーランド
ドイツ
イギリス
フランス
スペイン
イタリア
ロシア
モンゴル
中国
ちゅうごく
香港
ほんこん
台湾
たいわん
インド
ベトナム
スリランカ
ミャンマー
タイ
カンボジア
シンガポール
マレーシア
オーストラリア

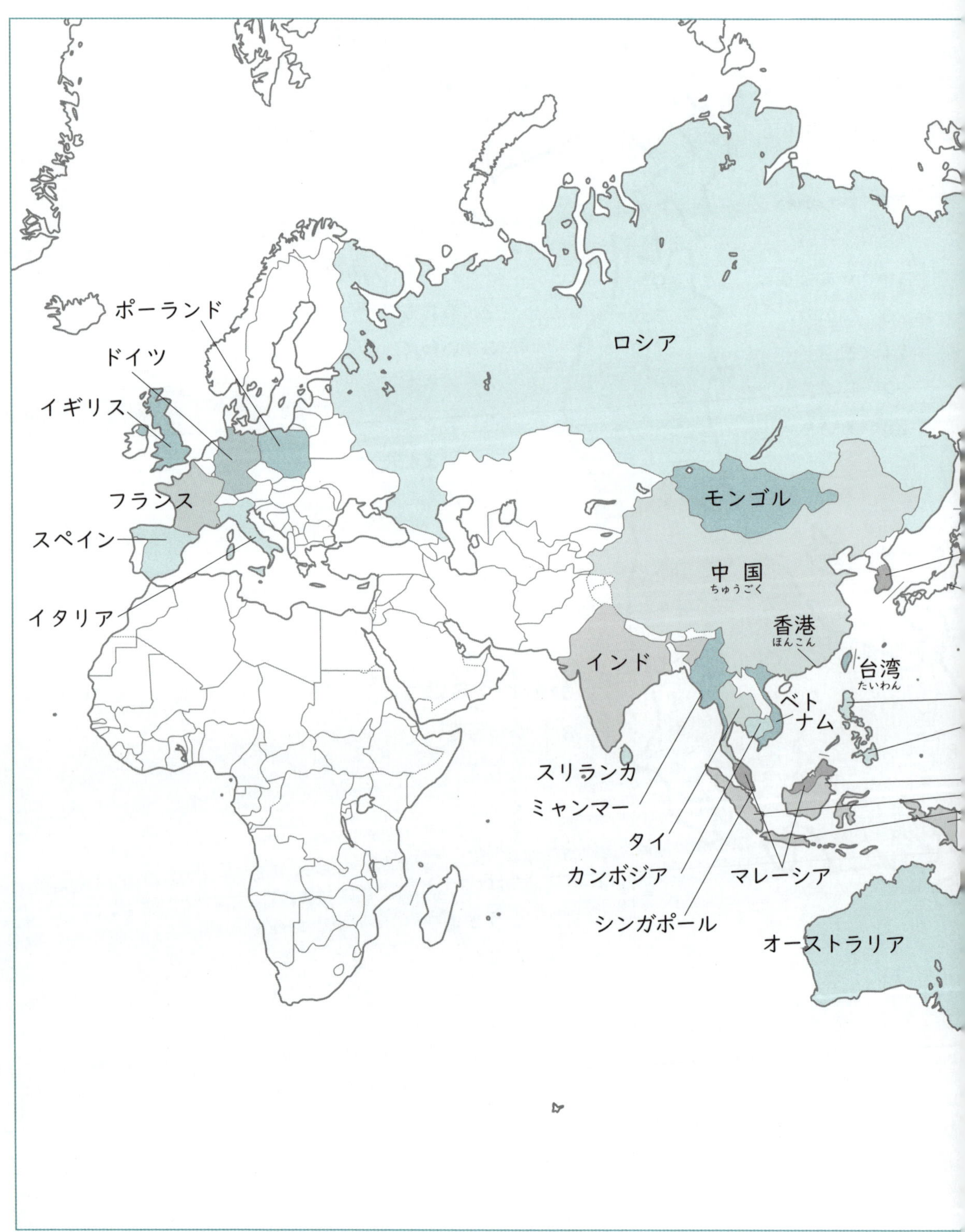

カナダ
アメリカ
メキシコ
ブラジル
パラグアイ
アルゼンチン
韓国
かんこく
日本
にほん
フィリピン
インドネシア
ニュージーランド

かなマスター 改訂版

Mastering KANA with pronunciation and vocabulary

2019 年 12 月 10 日　第 1 刷発行
2025 年 6 月 10 日　第 6 刷発行

編著者　**アークアカデミー**
　　　　遠藤 由美子　齊藤 千鶴　樋口 絹子　細田 敬子　山下 泰輔
　　　　増田 麻美子　下重 ひとみ

発行者　前田 俊秀

発行所　株式会社三修社

　　　　〒 150-0001　東京都渋谷区神宮前 2-2-22
　　　　TEL 03-3405-4511　FAX 03-3405-4522
　　　　振替　00190-0-72758
　　　　https://www.sanshusha.co.jp

　　　　編集担当　田中 由紀

編集協力　浅野 未華

デザイン・DTP　土屋 みづほ

イラスト　　　立澤 あさみ

印刷・製本　　壮光舎印刷株式会社